நாடும் நாடகமும்

கலைஞர் மு. கருணாநிதி

Title: Naadum Naadagamum

Author: M. Karunanidhi

Language: Tamil

First Published on: 1968

Year of Publication: 2024

Book Format: Paperback

*Page Size: 6inch * 9inch*

Category: Fiction

Subject: Drama, Stories

No. of pages: 84

ISBN: 978-81-984140-6-9

Published by: Nilan Publishers, Madurai, Tamilnadu, India

பொருளடக்கம்

குறிப்புகளுக்காக

பதிப்புரை

தோழர் மு. கருணாநிதியை பேச்சு மேடை யில் காண்போர்— அவரது பேச்சைக் கேட்போர் - ஒரு எழுச்சியுள்ள நாடகத்தை அனுபவிப்பதாகவே கருதுவார்கள். மேடையில் கூறும் அரசியல் சம்பவங்களாயினும் சரி: அவதிப்படுவோர் பற்றிய செய்திகளாயினும் சரி; கிண்டல் நிகழ்ச்சிகளாயினும் சரி; அத்தனையும் எதிரே காணுகிற காட்சிகளாக சித்தரித்து விஷயத்தில் சம்பந்தப்பட்ட வர்களை பாத்திரங்களாக்கி ஒரு சிறு நாடக மாகவே ஆக்கிவிடுவார். ஆக அவருடைய பேச்சு முடிவதற்குள் மக்கள் மனக்கண்ணால் பல உண்மைகளை நாடக உருவில் கண்டு உணர்ச்சிபெறுவர். அதே முறை அவருடைய சிறுகதைகளிலும் பெரும்பாலும் கடைப் பிடிக்கப்படுகிறது. சரித்திர உண்மைகளை, சமுதாயக் கீறல்களை, நாடகபாணியில் நறுக்குத் தெரிக்கும் வார்த்தைகளை யமைத்து விளக்கிக் காட்டிவிடுவார்.

அத்தகைய சிறுகதைகள் சிலவற்றை - அரசியல் கிண்டல்கள் நிறைந்த வைகளை - நூல் வடிவிலே வெளியிட விரும்பி னோம். சம்மதித்தார்.

நாடகத்தால் நாட்டுக்கு ஏற்படும் நன்மை தீமைகள் எப்படிப்பட் டவை என்பதை விளக்கும் அவரது சொற் பொழிவு ஒன்றையும் "நாடகம் கூடாது" என நாப்பறை

அடிப்போர் நடுவீதிக்கு வந்திருக்கும் இந்த நேரத்தில் அவசியமெனக் கருதி வெளியிட்டிருக்கிறோம்.

தமிழகம் வரவேற்கும் என்ற நம் பிக்கை யுடன்!

திராவிடப்பண்ணை

சந்தனக்கிண்ணம்

தலைவர் பேச ஆரம்பித்தார். புது நிலவு போன்ற மணமகளையும், பூரிப்பு வழிய அமர்ந்திருக்கும் மண மகனையும் பாராட்டினார். பழைமையின் அடிச்சுவடுகள் மறையாமலிருக்கிற அந்தப் பட்டிக்காட்டிலே பகுத் தறிவுச் சுடர் கொளுத்திவைத்த அந்த இளைஞனை இதய பூர்வமாக வாழ்த்தி மகிழ்ந்தார். வாழ்வுக்கு ஒளி தரப் போகும் தன் காதலனைத் தலைவர் பாராட்ட, அதுகேட்டு வெட்கத்தோடு அமர்ந்திருக்கும் புதுப் பெண்ணின் நெஞ்சம் இன்ப ஓடையாயிற்று.

புரோகித மணம் ஏன் கூடாது? புரட்சித் திருமணம் எப்படி வளர்ந்தது என்பதற்கான விளக்கங்களை வாரி வாரித் தலைவர் இறைத்தார். வந்திருந்த வண்டினங்கள் அந்தத் தீந்தமிழ்த் தேனை உண்டு மகிழ்ந்தன.

பொருந்திய மணம் என்றால் என்ன ? திருமணத் திற்குத் தேவையான - தகுதியான வயது என்ன என் பது பற்றியும் விளக்கம் தந்தார்.

பழைமையும் புதுமையும் மோதிக்கொள்ளக் கூடாது என்று கேலிசெய்தார், ஆதாரங்கள் காட்டி திராவிடம் என்று ஒரு இனம் உண்டு. "தீராவிடம்" என்று இழித்துரைப்பர், தீயோர். தீயோருக்கு தீராவிடம் தான் என்று சான்றுகளை வழங்கினார்.

"திராவிட உட்கல் வங்க" என்ற தாகூரின் பாட்டிலே, "தெக்கணமும் அதிற் சிறந்த திராவிட நற்றிரு நாடும்" என்ற மனோன்மணீயம் ஆசிரியர் ஏட்டிலே, திராவிடர் வரலாறு" என்ற சரித்திரப் புத்தகத்திலே, "மாமல்லன் காலத்தில் திராவிட பாணி யில் செதுக்கப்பட்டது" என்ற மகாபலிபுரத்துச் சிற்பக் கல்வெட்டிலே, "திராவிட வித்யாபூஷணம்" என்று சாமிநாத அய்யருக்கு தரப்பட்ட பட்டத்திலே "திராவிட " என்கின்ற தேன்மலர் மணம் வீசுவதைத் தென்றல் நடையில் எடுத்துச் சொன்னார்.

அத்தகைய திராவிடத்தைக் காப்பாற்ற மணமக்கள் முன்வர வேண்டுமென்பதை, 'காதலிலே கவிதையிலே களம் போகும் பேச்சு கணவனுக்கும் மனைவிக்கும் திராவிட மூச்சு' என்ற கவிதை வரிகளால் குறிப்பிட்டார்.

பின்னர் வாழ்வுப் பாதையில் குறுக்கிடும் வளைவு களை எடுத்துச் சொல்லி எதையும் தாங்கிடும் துணிவு வேண்டும் என்று தைரியமூட்டினார். குடும்பம் என்பது மணல் வீடு கட்டி மரப் பொம்மை வைத்து மழலை விளையாட்டு விளையாடிய கொழுந்துப் பருவ நிகழ்ச்சியல்ல எனக் காட்டி, வாழ்க்கை வானில் பறக்கச் சிறகடிக்கும் வெண் புறாக்காள் வாழ்க நீவிர் வளமெலாம் பெற்று ! என் வாழ்த்தினார், பலமுறை புறநானூற்றில் உலவிடும் தாய்மார்கள் பலர் தேவை என்று முழங்கினார். சுருக்கமாகவும் சுவையாகவும் புறநானூறு கூறுகிற ஒரு அழகான கவிதைக்கு மெருகேற்றி எளிய

நடையிலே கீதமிசைத்துத் தந்தார். அந்தக் கீதமே ஒரு கதையாக இருந்தது.

குடிசைதான் ஒரு புறத்தில் கூரிய வேல், வாள்
வரிசையாய் அமைந்திருக்கும்,
வையத்தைப் பிடிப்பதற்கும்,
வெம்பகை முடிப்பதற்கும்,
வடித்து வைத்த படைக்கலம்போல் மின்னும், மிளிரும்.
புலியின் குகையினிலே அழகில்லை : புதுமையல்ல.
கிலியும் மெய் சிலிர்ப்பும் கீழிறங்கும் தன்மையும்
தலை காட்டா ; மானத்தின் உறைவிடம்,
மறவன் மாளிகை.
இல்லத்து வாயிலிலே கிண்ணத்துச் சோறோடு
வெல்லத்தைச் சிறிது கலந்து வயிற்றுக்குள் வழியனுப்ப ;
பொக்கை வாய்தனைத் திறந்து
பிடியன்னம் எடுத்துப் போட்டாள்
பெருநரைக் கிழவி யொருத்தி,
ஓடிவந்தான் ஒரு வீரன் ஒருசேதி பாட்டி, என்றான்
ஆடி வந்த சிறுமிபோல் பெரு மூச்சு வாங்குகின்றாய் ஆண்
மகனா நீ தம்பி!
மூச்சுக்கு மூச்சு இடைவேளை ஏற்படட்டும்,- பின் பேச்சுக்குத்
துவக்கம் செய்" என்றாள் அந்தக் கிண்டலுக்குப் பேர்போன
கிழட்டுத் தமிழச்சி. "வேடிக்கை நேரம் இதுவல்ல பாட்டி. உன்
வாடிக்கைக் கேலியை விட்டுவிடு.
மடிந்தான் உன் மகன் கலத்தில்" என்றான்.

மனம் ஒடிந்து நிமிர்ந்தாள் தாய்க்கிழவி ஒருமுறை. "தாயம்
ஆடுகையில் காய்களை வெட்டுவதுண்டு - களமும் அதுதான்;
காயம் மார்பிலா முதுகிலா ?" என்றாள்
'முதுகில்' என்றான்.
கிழவி துடித்தனள், இதயம் வெடித்தனள்,
வாளை எடுத்தனள்.
முழவு ஒலித்த திக்கை நோக்கி முடுக்கினாள் வேகம்.
கோழைக்குப் பால் கொடுத்தேன்- குப்புற
வீழ்ந்து கிடக்கும்,
மோழைக்குப் பெயர் போர்வீரனாம்.
முன்பொரு நாள் பாய்ந்துவந்த ஈட்டிக்கு
பதில் சொல்ல மார்பைக் காட்டி
சாய்ந்து கிடந்தார், என் சாகாத கண்ணாளர்.
அவருக்குப் பிறந்தானா! அடடா! மானமெங்கே! குட்டிச்
சுவருக்கும் கீழாக வீழ்ந்துபட்டான்
இமைய வரம்பினிலே வீரம் சிரிக்கும்
வீணை நரம்பினிலே இசை துடிக்கும்,
அதுவும் மானம் மானமென்றே முழங்கும்.
மதுவும் சுராவும் உண்டு வாழும் மானமற்ற ஆரியத்தின்
வம்சமா நீ ? ஏடா?
மறத் தமிழ் குடியிலே மாசு தூவி விட்டாய்.
தின்று கொழுத்தாய், திமிர் பாய்ந்த தோள்கள் எங்கே?
தினவெடுக்க வில்லையோ; அந்தோ!
என்று கதறினாள்,எண்பதை நெருங்கிய ஏழைக் கிழவி.
சென்றங்கு செருமுனையில் சிதறிக் கிடந்தக்கு செந்தமிழ்
காளைகளைப் புரட்டிப் பார்த்தாள் அங்கு நந்தமிழ் நாட்டைக்

காக்க ஓடிற்று இரத்த வெள்ளம். பிணக் குவியலிலே பெருமூச்சு வாங்க நடந்தாள். மணப் பந்தலிலும் அந்த மகிழ்ச்சியில்லை ; மகன் பிறந்தபோதும் மகிழ்ச்சிக்கு எல்லையுண்டு.

அவன் அழிந்து கிடந்தான் ஈட்டிக்கு மார்பு காட்டி
அறுத்தெறிய இருந்தேன் அவன் குடித்த மார்பை.
அடடா! கருத்தெரிய பொய் சொன்ன கயவன் எங்கே?
வாளிங்கே ! அவன் நாக்கெங்கே ?-

இந்த வீர இசையைத் தலைவர் முடித்தார். பந்தல் அதிர்ந்தது, கைதட்டல். கையொலி ஓய்ந்த பிறகு தலைவர் சொன்னார், இந்தப் பாட்டு நான் எழுதியதில்லை. இதோ இருக்கிறாரே; இந்த மணமகன் எழுதியது என்று உற்சாகத்தோடு உரைத்தார் மீண்டும் பந்தல் அதிர்ந்தது. பக்கத்திலிருந்த புதுப்புறாவின் இளங்கன்னங்கள் ரோஜா வாயின. இதயம் எப்படி மலர்ந்ததோ; யாரறிய முடியும் ! தலைவர் வாழ்த்துரையை முடித்தார். பரிசுகள் வழங்கும் படலம் ஆரம்பமாயிற்று. மண மகளின் உள்ளத்தை அருகிருந்த மணமகனை விட அதிகமாக உணரக்கூடிய சக்திவாய்ந்த ஒரு உருவம் அந்தப் பந்தலிலே அமர்ந்திருந்தது. அதுதான் மணமகளின் தோழி விஜயா, கமலாவும் விஜயாவும் கல்லூரியில் மட்டுமல்ல; இளமையிலேயே இணைபிரியாதவர்கள், விஜயா வாழ்க்கைப் பாதையிலே பயணம் நடத்திக்கொண்டிருப்பவள். கமலா இன்றுதான் அடியெடுத்து வைக்கிறாள், கந்தனின் கை கோர்த்தபடி. அறிஞர்களின் பாராட்டுக் குரிய ஒரு அன்புத்துணை தன்தோழிக்குக் கிடைத்தது கண்டு

விஜயாவுக்கு அளவிட முடியாத மகிழ்ச்சி அந்த ஆனந்தத்தில் மெய்மறந்திருந்தாள். கணவன் மண மேடையில் புகழப்படும் போதெல்லாம் கமலா, விஜயா வைக்கெண்டைக்கண்ணால் பார்த்ததை விஜயாமட்டுமே உணரமுடிந்தது. பரிசளிப்புகள் முடியுந்தருவாயிலிருந் தன. இன்ப வெள்ளத்தில் எல்லாவற்றையும் மறந் திருந்த விஜயா திடுக்கிட்டு எழுந்தாள். பரபரப்புடன் மணமேடைக்கு ஓடினாள். தன் கையிலேயிருந்த ஒரு தாள் சுருளைப் பிரித்தாள்.

"கண்ணே கமலா ! நீ அதிர்ஷ்ட சாலி! இதைப் பெற்றுக்கொள். நம் அன்பின் அடையாளமாக. எந்த நெருக்கடி வந்தாலும் சரி, இந்த அன்புச் சின்னத்தை மறந்து விடாதே; சந்தனக் கிண்ணம்; உன்உள்ளம் சந்தோஷக் கிண்ணமாயிருப்பதை விளக்கும் சின்னம் "

என்று கூறிக்கொண்டே கமலாவைத்தழுவிக் கொண் டாள். ஆனந்தக் கண்ணீர் பொழிந்தாள். கமலாவும் கண் கலங்கிவிட்டாள் சந்தோஷத்தால், வாழ்வின் ஆரம்ப விழா அரும்பி விட்டது.

குடும்பம் குதூகலமாய் துவங்கியது. கமலா கொஞ்சம் பழமைப்பித்து பிடித்தவள். காதலர் களுக்குள் ஊடல் ஏற்படுவதெல்லாம் பழமை புதுமைச் சண்டையினாலேயே என்ற நிலைமை சிலநாள் தொடர்ந் தது. பிறகு இருவருமே கடவுளர்களைக் கேலிசெய்ய ஆரம்பித்தனர்.

"பரமசிவனையும் பார்வதியையும் தினம் தினம் பள்ளியறைக்குப் பல்லக்கில் தூக்கிக்கொண்டு போகிறார்களே பக்தர்கள்.... ஆனால் அவர்களுக்குக் கணபதி, முருகன் இருவரைத் தவிர வேறுகுழந்தைகள் பிறக்கவே இல்லையே! ஏன்?" என்பான் கந்தன்.

தெரியாதா உங்களுக்கு? அவர்கள் கர்ப்பத்தடை செய்துகொண்டார்கள்" என்று சிரிப்பாள் கமலா.

"கடலிலே மீனை வெள்ளைக்காரனும் பார்த்தான் நாமும் பார்த்தோம்". என்று ஆரம்பிப்பான் கந்தன். "வெள்ளைக்காரன் மீனைப், பார்த்து சப்மரீன் செய் தான்; நாம் மச்சாவதாரம் செய்தோம்" என்று முடிப்பாள் கமலா.

இப்படி வளர்ந்தது அவர்களின் இன்ப வாழ்வு. இந்தப் புதியஜோடி கண்டு கந்தனின் தாய் களிப்படைந் தாள் என்றாலும், கமலாவும் இப்படியெல்லாம் கடவுளைத் திட்டுகிறாளே; அடுப்பங்கரையில் கிடக்க வேண்டியதுகளுக்கு இந்த வம்புகள் எல்லாம் ஏன் என்ற ஆத்திரம் மெல்லத் தலைநீட்ட ஆரம்பித்தது. வெளிப்படையாகக் கண்டித்தால் மகனுக்குவருத்தம் வருமேயென்று ஜாடை மாடையாகக் கண்டிக்கத் தொடங்கினாள். அப்படிக் கண்டனங்கள் கிளம்பும்போது காதலனின் இன் முகத்தை நினைத்து கமலா ஆறுதல் பெறுவாள். அது மட்டுமல்ல; அவள் தோழி விஜயா அடிக்கடி சொல்லி யிருக்கிறாள். "வீட்டிலேயிருக்கிற பெரியவர்களின்

மனதை நோகவிடும்படி நடக்காதே. அனுசரித்து நட என்ற பொன்மொழிகளை, அதை நினைத்துக் கொள்வாள் கமலா. உடனே ஓடிப்போய் அவள் கொடுத்த அன்புப் பரிசை - அந்த சந்தனக்கிண்ணத்தை எடுத்து முகத்திலே அணைத்துக் கொள்வாள். சந்தனக்கிண்ணத்தின் விளிம்பு களிலே அவள் தன் ஆருயிர்த் தோழியின் உயிர்த்துடிப் புள்ள இதழைக் காணுவாள்; அந்தக்கிண்ணத்தின் பள பளப்பிலே தோழியின் சிரிப்பைக்கண்டு துள்ளியெழு வாள். காதலன் வீட்டில் இல்லாத நேரத்தில் அவளுக்குப் பேச்சுத்துணை சந்தனக் கிண்ணந்தான். மாமியாருக்கு, மருமகள் மீது ஏற்பட்ட கோபம் அவள் வலுவில் பேச வந்தாலும்; அதிகமாகப் பேசுவது கிடையாது, பால்யத் தோழி, பள்ளித்துணை, விஜயா அந்தக் கிண்ணத்திலே தன் கன்னத்தைக் காட்டிக் கமலாவைவிட்டு கிள்ளச் சொல்லிக் கொண்டே யிருந்தாள். கிண்ணத்திலே மின்னும் "விஜயா" என்ற எழுத்துக்கள் கமலாவிடம் எத்தனையோ பழங்கதைகளைச் சொல்லும். கமலாவும் கண்ணை மூடிக்கொண்டு அந்த இன்பக்கதைகளைக் கேட்பாள்.

திடீரென்று நாட்டிலே தீப்பொறி கிளம்பிற்று. தமிழை ஒழிக்கத் தருக்கர்கள் படை திரட்டினர். அதற்குத் தடைபோடத் தரணியாண்ட இனத்தவர் புறப் பட்டனர். வடநாட்டு இந்திமொழி ஏகாதிபத்யம் திராவிடத்திலே திணிக்கப்பட்டது. அதை எதிர்த்து மொழிப் போர் வீராவேசமாக மூண்டது.

"மாங்குயில் கூவிடும் பூஞ்சோலை எமை மாட்ட நினைக்கும் சிறைச்சாலை" என்ற கவிதையை முழக்கிய வாறு தமிழர் பட்டாளம் கிளம்பிற்று, சிங்கங்கள் சிறை புகுந்தன. சிசுக்களுடன் பல தமிழ்த்தாய்களை அடக்கு முறையின் கோரவாய் விழுங்கியது. மொழிகாக்கப்போன இருவர் - தாலமுத்து நடராசன் எனும் மாவீரர்கள் - தம் மூச்சைக்காக்க முடியாமல் ஆக்கப்பட்டனர் இந்தி வெறி யர்களால். தமிழகமெங்கும் கொதிப்பு, குமுறல், புயல்!
கமலா பலகணி வழியாக வீதிப்புறத்தைப் பார்த்த படி நின்று கொண்டிருக்கிறாள். அவளுடைய கையிலே
அந்தச் சந்தனக்கிண்ணமிருக்கிறது, சந்தனக் கிண்ணத் தோடு பேசி முடித்தாகிவிட்டது; இப்போது அவள் எதிர் பார்ப்பது அலுவலகத்திலிருந்து திரும்பும் கந்தனை.

கண்களும் வலிக்கத் துவங்கிவிட்டன: கந்தனைக் காணோம், ஒரு பெருமூச்சோடு பலகணியைவிட்டு அகல முயன்றாள். அமைதியாயிருந்த தெருவிலே ஒரு அலை முழக்கம் புறப்பட்டது. பரபரப்போடு கமலா பலகணி வழியை பார்வையைச் செலுத்தினாள். "தமிழ் வாழ்க! இந்தி ஒழிக! தாலமுத்து நடராசன் புகழ் வாழ்க!" என்று பரணி பாடியபடி ஒரு தமிழர் பட்டாளம் பவனி வந்துகொண்டிருந்தது. ஔவைக் கிழவி போன்ற ஒரு மூதாட்டி கம்பீர நடைபோட்டு, கையிலே கொடி ஏந்தி, பிறைபோல வளைந்த கூனல் எப்படி நிமிர்ந்தது எனப் பார்ப்போர் ஆச்சரியப்படும்படி அந்த அணிவகுப்புக்குத் தலைமை வகித்துச் சென்றாள். நீண்டு உயர்ந்த - சேரன் செங்குட்டுவனே வந்துவிட்டான் என

அதிசயிக்கத்தக்க அளவுக்கு வாட்ட சாட்டமான ஒருமனிதர் - அஞ்சாநெஞ்சர்-படையின் தளபதியாக வீர நடை போட்டார். அந்தப் புலிநிகர் மாந்தர்களின் ஒலி முழக்கம் கமலாவை வீறு கொள்ளச் செய்தது.

திருமணத்தன்று "காதலிலே கவிதையிலே களம் போகும் பேச்சு. கணவனுக்கும் மனைவிக்கும் திராவிடமே மூச்சு' என்று தலைவர் சொன்ன கவிதை நினைவுக்கு வந்தது. நினைவு அலைகளிலே சுழன்று கொண்டிருந்த அந்த ஏந்திழையை ஒருகுரல் திடுக்கிட வைத்தது. "தமிழ் வாழ்க !" தென்றல் நடையிலே !"இந்தி ஒழிக புயல் நடையிலே ! இரண்டு நடையிலும் கிளம்பிய ஒலி கந்தனுடையதுதான், கமலா வெளியே ஓடி வந்தாள்.

கந்தன் கையிலே கொடியேந்தியவாறு ஆவேசமுடன் அந்தப் பட்டாளத்தில் பவனி வந்தான். கமலா கூட்டத் துக்குள் ஓடினாள். கந்தனைப் பிடித்து நிறுத்தினாள். கந்தனுக்கு ஒன்றுமே புரியவில்லை. ஐயோ கூட்டத்திலே யுள்ள கொள்கை வீரர்கள் தன்னைப்பற்றித் தவறாக நினைக்க, கமலா இடமளித்து விடுவாளோ என்று கலங் கினான். கமலா ஆத்திரத்தோடு கேட்டாள்!

"இந்தி எதிர்ப்புக்கு உங்களை யார் போகச் சொன்னது"

இதைக் கேட்டு கந்தன் விழித்தான். ஆனால் கமலா வார்த்தையை முடிக்கவில்லை. இப்போதுதான் முடித்தாள்: "என்னை விட்டுவிட்டு" என்று.

"இந்தி எதிர்ப்புக்கு உங்களை யார் போகச் சொன்னது, என்னை விட்டு விட்டு ! " என்ற மொழி கேட்டதும் மூதாட்டி, ஓடிவந்து கமலாவை அணைத்துக் கொண்டாள். மீண்டும் தமிழ் முழக்கம் தொடர்ந்தது. ஊர்வலம் அந்த வீதியைத் தாண்டியது. போலீசார் பாய்ந்தனர், புள்ளிமான் கூட்டத்திலே புலியென! வேட்டுச் சப்தம்,வேதனை ஒலி.'தமிழ் வாழ்க' என்ற போர்முரசம். அத்தனை பேரையும் சிறைச்சாலைக்கு "வாருங்கள் என வரவேற்றது அதிகாரத் திமிர்.

கமலாவும் கந்தனும் சிறைச்சாலையிலே "கணவனுக்கும் மனைவிக்கும் திராவிடமே மூச்சு" என்பதை மோகனத்திலே முணு முணுத்துக் கொண்டிருந்தனர்.

அடக்குமுறை தர்பார் துவண்டது. இந்தி வெறியர்கள் இனிப் பலிக்காது நம் முயற்சி என மிரண்டனர். கட்டாய இந்தி, கடையைக் கட்டினாள்.

தமிழர் படை வென்றது. வீரர் உலாப் பாடினர், வீழ்ந்தாள் கள்ளி. கட்டாய இந்தி, கழுதை தேய்ந்து கட்டெறும்பாயிற்று! வென்றது மொழிப் போர்.

கமலாவும் கந்தனும் தமிழ் காத்த தடந் தோள்களிலே வெற்றிமாலை சூடி, வீட்டுக்குத் திரும்பினர். "வீண் வேலையில் ஈடுபட்டாய், இனி வேலை கிடையாது உனக்கு" என்ற ஆபீஸ் உத்தரவும் அவனுக்கு முன் வீட்டுக்கு வந்திருந்தது. தாயாரோ, புகையும் எரிமலையாக இருந்தாள்.

"அம்மா, உனக்கு ஒரு கேடு என்றால் துள்ளியெழ மாட்டேனா நான்! அது போலத்தான் தாயே, தாய் மொழியைப் பழித்தவரை எதிர்த்தேன்; இது குற்றமா அம்மா" என்று அழுதான் கந்தன். மகனைவிட மருமகள் மீது அதிக ஆத்திரம் அந்த மாதாவுக்கு.

வேலையற்ற நிலை. வேலை கிடைக்காத நிலை. வேதனை வாழ்வு. வேலையில்லாத கந்தன் இயக்க வேலையிலேயே முழு நேரமும் ஈடுபட்டான். அந்த ஊர் செயலாளர் அவன் தான். கந்தனைத் தெரியாதார் யாருமில்லை. அவன் புகழ் வளர்ந்தது. ஊரிலே இயக்க சார்பிலே ஒரு பொதுக் கூட்டம். எல்லா ஏற்பாடுகளும் செய்து விட்டான். சொற்பொழிவாளருக்கு வழிச் செலவுக்கு இருபது ரூபாய் அனுப்பியாக வேண்டும்.

பணம் வசூல் ஆகவில்லை. கூட்டம் நின்றுவிடக் கூடாதேயென்று துடித்தான். வீட்டிலே நிம்மதி யின்றி அலைந்தான். சிறைச்சாலையிலே கமலாவுக்கு உடல் நலம் சரியான உணவும் பாதுகாப்புமின்றி கெட்டது. அது ஏழ்மையின் காரணமாகத் தொடர்ந்தது. டாக்டர்

எழுதிக்கொடுத்த மருந்தை வாங்கித் தரப் பணமில்லை. வீட்டிலிருந்த வெள்ளிச் சாமான்களையும் விற்றுச் சாப்பிட்டாகி விட்டது. சந்தனக் கிண்ணம் ஒன்றுதான் பாக்கி வெள்ளியிலே ! அதை விற்றாவது மருந்து வாங்கிக் கொடேன் என்றாள் தாயார். அவனுக்கு அதை விற்க மனம் வரவில்லை. மனைவியின் தோழியளித்த அந்த சந்தனக் கிண்ணம். ஆகவே மறுத்துவிட்டான். இப்போது சொற்பொழிவாளருக்கு அனுப்பப் பணம் இல்லையென்றதும் அவன் விழிகள் அந்தக் கிண்ணத்தைத் தேடின. நோயுற் றிருந்த கமலா தூங்கிக்கொண்டிருந்தாள். கைகள் நடுங்க, கந்தன் சந்தனக் கிண்ணத்தை எடுத்தான். அடகு வைத்துப் பெற்ற பணத்தைச் சொற்பொழி வாளருக்கு அனுப்பினான்.

கூட்டம் குறிப்பிட்டபடி ஏற்பாடாகியது. புகை வண்டி நிலையத்துக்கு கந்தன் புறப்பட்டான் சொற் பொழிவாளரை வரவேற்க! அப்போது அவன் தாய் கமலாவைத் திட்டிக்கொண்டிருந்தாள். கூர்ந்து கவனித் தாள். சந்தனக் கிண்ணத்தை கமலா தொலைத்துவிட்டாள் என்பதுதான் தாயின் குற்றச்சாட்டு. காய்ச்சலோடு கஷ்டப்பட்டுக் கொண்டிருக்கும் கமலா, எதுவும் பேசா மல் அழுது கொண்டிருந்தாள். தன் அருமை விஜயா காணாமற் போய்விட்டதை நினைத்துக் கண்ணீர்விட்டாள். தன் கண்களைத் துடைத்துக் கொண்டு கந்தன் புகைவண்டி நிலையத்திற்கு ஓடினான். புகைவண்டி வந்தது, ஆனால் கூட்டத்திற்கு வரவேண்டிய சொற்பொழிவாளர் வரவில்லை. அசையாமல் அப்படியே நின்று கந்தன் விம்மி விம்மி

அழுதுவிட்டான். தன்னுடைய வீட்டுக் காரியத்திற்கு ஒருவர் வருவதாயிருந்து வராமல் போனாலும் பரவாயில்லை. பொதுக் காரியம் - பொது மக்களிடம் பணம் வசூல்செய்து பொதுமக்களை எப்படி ஏமாற்றுவது என ஏங்கினான். மேடைக்கு வந்து மக்களிடம் மன்னிப்புக் கேட்டுக்கொண்டான். மக்கள் முணு முணுத்தபடி கலைந்தனர்.

வீட்டுக்கு வந்தான். கமலாவுக்கு காய்ச்சல் அதிகமாகிவிட்டது. 'கண்களிலே ஒளி குறைந்துவிட்டது. தாயார் பக்கத்திலே அமர்ந்து அழுதுகொண்டிருந்தாள். கந்தன் ஓடிவந்து "கமலா! கமலா!" என்று அலறினான்.

அவள் மெல்ல வாய் திறந்தாள். "அத்தான் அந்த சந்தனக் கிண்ணம்" என்று இதழசைத்தாள்.

"கமலா அதை நான்தான் திருடி அடகு வைத் திருக்கிறேன் - பணம் வந்ததும் மீட்டுவிடலாம் " என்று கதறினான். அவன் கதறலிடையே கமலா கண்ணை மூடினாள். பிறகு திறக்கவேயில்லை, கந்தன் அழுதான்; அழுதுகொண்டேயிருந்தான்.

இப்போது கந்தன் ஏழையல்ல. பணக்காரனாயில்லா விட்டாலும் பண வசதி இருக்கிறது. இருபது ரூபாய்க்கு அடகு வைத்த சந்தனக் கிண்ணத்தை வட்டியோடு முப்பது ரூபாய் கொடுத்தால் மீட்டுவிடலாம்.

ஆனால், அதை மீட்டு யாரிடம் கொடுப்பது, கமலாவா இருக்கிறாள் அவளிடம் கொடுக்க. அவளைத்தான் இந்தி வெறியர்களின் சிறைச்சாலை, கொஞ்சம் கொஞ்சமாக விடுதலைக்குப் பிறகும் விடாமல் கொன்றுவிட்டதே!

கந்தன் சந்தனக் கிண்ணத்தை மீட்டுவிடத் தயாராயிருக்கிறான். எப்போது? திராவிடநாடு கிடைத்ததும். அந்த விடுதலைப் போரின் வெற்றி விழாவிலே, வீரர்களுக்கு சந்தனம் வழங்கும் சந்தர்ப்பம் வருமே ; அப்போது !

ஆலமரத்துப் புறாக்கள்

அருவிகளின் சலசலப்பு ஓசையும், அதை சுருதி யாகக் கொண்டு குயில்கள் மீட்டிய கீதமும், அதற்கேற்றார் போல மயில்கள் காட்டிய நடனமும் அந்தக் காட்டையே ஒரு சுந்தரபுரியாக விளங்கச் செய்யும்.

காட்டின் நடுவிலே ஒரு பெரிய ஆலமரம். ஆல மரத்துப் பொந்துகளிலே அழகுற விளங்கும் சிறு சிறு புறாக்கூடுகள். அந்தக் கூடுகளிலிருந்து எட்டிப் பார்த்த படி கானகத்து உற்சாகத்தை ரசித்திடும் மணிப்புறாக்கள்.

மயிலாட்டத்தைப் பார்த்தாயா என்றிடும் ஒரு புறா. மைனர் புறாவின் மயக்கத்தைக் கிண்டல் செய்தபடியே "அதோ கேள் குயிலின் கீதம்" என்றிடும் மற்றொரு சங்கீதப் புறா. மயிலாடக் கண்டு வான்கோழிகள் ஆடிப் பார்த்து முடியாத காரணத்தால் "ஆட்டமே கூடாது என ஆர்ப்பரிக்கும் வான்கோழியின் வரட்டு மதி பற்றி கேள்விப்பட்டீர்களா, என பிரசங்கம் செய்யும் ஒரு இளம் புறா. எல்லாம் சரிதான், இன்றைக்கு எனக்கும் என்னைச் சார்ந்தவர்களுக்கும் உணவே கிடைக்கவில்லை யென்று ஏக்கக் குரல் எழுப்பும் ஒரு இளைத்த புறா. எனக்குக் கிடைத்த உணவை ஒரு பருந்து பற்றிக் கொண்டு போய்விட்டது என பரிதாபச் சிந்து பாடி வரும் ஒரு புற. நல்லவேளை பருந்துக்கு விருந்தாகாமல்

நீ தப்பினாயே என்று மகிழ்ச்சி கொள்ளும் இன்னொரு புறா. இப்படி இவைகள் பேசிக்கொண்டிருக்கும் போதே விர்ரெனப் பறந்துவந்து மரத்தின் கிளையிலே அமரும் ஒரு வல்லூறு! அதைக் கண்டதும் அதிர்ச்சியுற்ற புறாக்கள் அலறியடித்துக்கொண்டு காடுகளிலே புகுந்திடும். அவசரத்திலே அலைமோதிக் கிடந்திடும் சில புறாக்களை வல்லூறு வயிற்றுக்குள் தள்ளிவிட்டு ஏப்பம் விடும். அந்த ஏப்பத்திலே 'வந்தே மாத்தினேன்" என்ற வார்த்தைகளும் இறுமாப்போடு கலந்துவரும். இது வாடிக்கையாக அந்த ஆலமரத்திலே-ஆமாம்; புறாக்கள் ராஜ்யத்திலே நடைபெறும் நிகழ்ச்சியாகி விட்டது.

இந்தக் கொடுமைபற்றி புறாக்கள் யோசிக்கத் தொடங்கின. "நிம்மதியற்ற வாழ்வு. நித்திய நிகழ்ச்சி யாகிவிட்டதே! இதற்கு நிவர்த்தியே கிடையாதா?" என ஏக்கக் குரல் எழுப்பின.

இதற்கோர் முடிவுகட்ட வேண்டுமென்று இரண்டு புறாக்கள் முதலில் கிளம்பின. ஒன்று கரும்புறா. மற்றொன்று வெண்புறா. வல்லூறை எதிர்த்திட இரண்டு திட்டம் வகுத்தன. இரண்டு புறாக்களும் ஏற்கனவே "கொள்வினை கொடுப்பினை" விஷயத்தில் சிறிது தகராறு இருந்தபோதிலும் வல்லூறை விரட்டிடும் கொள்கையில் இரண்டும் கச்சையை வரிந்துகட்டிப் புறப்பட்டன. இது கண்டு ஆலமரத்துப் புறாக்கள் அனைத்தும் "விடுதலை விருத்தம் பாடி" 'வெற்றி முரசொலி' கொட்டத் தொடங்கின. ஆனந்த ஆரவாரம் செய்து

கருப்புப்புறாவும், வெள்ளைப்புறாவும் இடும் கட்டளையை எதிர்பார்த்திருந்தன.

அந்த சமயத்தில் ஒரு நாள், ஒரு கலர்புறா அவசர அவசரமாக துடித்துப் பறந்தபடி ஆலமரத்திற்கு வந்தது. அது பறந்து வந்த காரணம் ஒரு வேடன் அதைக் குறி பார்த்ததுதான். அந்த வேடன் உணவுக்காகப் புறா தேவையில்லை; கலர்புறா அழகாயிருக்கிறதே ! அதைப் பிடித்துச் சென்றால் நல்ல விலைக்கு விற்கலாம் என்ற ஆசையாலேயே அவன் அதைப் பின்தொடர்ந்தான். கலர்புறா ஆலமரத்தில் நுழைந்துவிட்டதைக் கண்ட வேடன் அதை எப்படியாவது உயிரோடு பிடிக்க வேண்டுமென்று எண்ணி மரத்தடியிலே சுற்ற ஆரம்பித் தான். இதைச் கண்ட கலர்ப்புறா கலங்கிவிட்டது. ஆலமரத்துப் புறாக்களிடம் சென்று அபயங் கோரியது. அந்தப் புறாக்கள் "எங்களால் வேடனை எதிர்க்க முடியாது" என்று கூறின. எப்படியோ கலர்ப்புறா தன் வேதனைக் குரலை அதிகப்படுத்தி மரத்திலுள்ள சில புறாக் களை தன் வசப்படுத்திக்கொண்டது. இந்த நிலைமையை கரும்புறாவும், வெண்புறாவும் கண்டன.

வல்லூறை எதிர்க்கும் வேலையோடு வேடனை விரட்டும் வேலை வேறு சேர்ந்துவிட்டதே ; இதற்குக் காரணம் கலர்ப் புறாவின் செயல்தானே; கலர்ப்புறா இங்கு வராமலிருந்தால் இந்தப் புதுத் தொல்லை வராதே என்று வெண்புறா வருத்தப்பட்டது.

அதற்குள் கலர்ட்புறா, கரும்புறாவை தனியே அழைத்துச்சென்று ஏதோ பேசியது. இரண்டும் சேர்ந்து வேடனை விரட்டுவது, என்று திடீரெனத் திட்டம் தீட்டின. பிறகு கலர்ப்புறா, வெண்புறாவிடம் ஓடிவந்து "வேடனை விரட்ட நீயும் வா!" என்று கூப்பிட்டது.

"வேடனை வெற்றிகொள்ள நான் வருகிறேன். நீ பிறகு வல்லூறை விரட்டிவிட்டு, ஆலமரத்தை புறாக்களின் தனி மாளிகையாக்கும் முயற்சியில் ஒத்துழைப் பாயா?" என்று வெண்புறா, கலர்ப்புறா விடம் ஒரு நிபந்தனை போட்டது. கலர்ப்புறா அதற்கு இணங்கவில்லை.

மரத்தின் கீழ் நின்றுகொண்டிருந்த வேடன்'புறாக்கள் கூடிக்கூடிப் பேசுவதைக் கண்டான். அந்தப் புறாக்களிடமே சொல்லி கலர்ப்புறாவைத்தான் பிடித்துக்கொள்ளலாம் என்று கருதி -புறாக்களைப் பார்த்து "ஓட்டு ஓட்டு கலர்ப்புறாவை " என்று கத்தினான்.

இறுதியாக வேடன் மரத்திலேறி, கலர்ப்புறாவை உயிரோடு பிடிக்கத் திட்டம் போட்டு ஏற ஆரம்பித் தான். கலர்ப்புறாவோ பறந்து சென்றால் வேடன் கணைக்கு இறையாவோம் என அஞ்சி, கரும்புறாவின் துணையோடும் வேடனை எதிர்க்கக் கிளம்பியது. கடைசி நேரத்திலும் வெண்புறாவுக்கு கலர்ப்புறா அழைப்பு விடுத்தது.

உன்காரியத்தை மட்டும் சாதித்துக் கொள்ள முடியாது; நம் காரியமென்ன?" என்று கேட்டது வெண்புறா.
உடனே கரும்புறா, வெண்புறாவிடம், "ஏதோ ஆனது ஆகிவிட்டது; வேடனை விட்டால் நம்மையெல்லாம் கொன்று விடுவானே" என்று உபதேசம் செய்தது.
அது கேட்ட வெண்புறா, "வேடனை எனக்கு வீழ்த்தத் தெரியும், அதற்காக கலர்ப்புறாவின் துணை எனக்குத் தேவையில்லை ' என்று கூறிவிட்டது கம்பீர மாக!

கரும்புறா வெண்புறாவைக் கோபித்துக்கொண்டது. கங்காணி என்றது. வெண்புறா அதற்காக அயரவில்லை.

வேடன் மரத்தில் ஏறிவிட்டான். கரும்புறாவும், கலர்ப்புறாவும் தங்கள் மூக்குகளில் குச்சிகளைப்பிடித்துக் கொண்டு வேடனை எதிர்க்கத்தயாராயின. அந்தச் சமயத்தில் வெண்புறா, பின்புறமாகச் சென்று வேடனின் காலில் பலமாகக் குத்தியது அலகுகளால், அதைச்சேர்ந்த புறாக்களும் வேடனில் காலைக்குத்தி ரத்தம் வழியச் செய்தன. வலி தாங்கமுடியாமல் வேடன் மரத்திலிருந்து கீழே விழுந்து மண்டையில் அடிபட்டு மாண்டான்.

வேடன் வீழ்ந்ததும் கரும்புறாவும் கலர்ப்புறாவும் வெற்றிச் சிரிப்பு சிரித்தன. வெண்புறா தன் கடமையை செய்து முடித்துவிட்டதாகக் களிப்படைந்தது.

மறுநாள் காலையில் பத்து புறாக்களை வல்லூறு அடித்துக் கொன்று குவித்தது. அது மட்டுமல்ல; வல்லூறு அந்த ஆலமரத்தில் "இது வல்லூறின் மரம் என்றும் எழுதிவைத்தது.

அந்த எழுத்தை அழிக்க வேண்டுமென்று கரும் புறாவும் வெண்புறாவும் புறப்பட்டன. கரும்புறா, கலர்ப் புறாவைக் கூப்பிட்டுப் பார்த்தது. கலர்ப்புறா, ஏதோ, சாக்குப் போக்குச் சொல்லி, அதில் கலந்து கொள்ள முடியாமைக்கு வருத்தம் தெரிவித்தது.

ஆலமரத்திலிருந்து வல்லூறை விரட்டும் பணியிலே வெண்புறா தீவிரமாக - ஈடுபட்டது. கரும்புறாவும் அந்த முயற்சியில் இறங்கியது. அதற்கு கலர்புறாவைக் கூப்பிட்டது. வல்லூறு கொடிய பறவைதான், ஆனாலும் அதையும் இணைத்துக்கொண்டு எல்லோரும் ஆலமரத்தில் இஷ்ட பூர்வமான குடும்பம் நடத்தலாம் " என்று கலர்ப் புறா விளக்கம்தர ஆரம்பித்து விட்டது. கரும் புறாவுக்கு ஒரே கோபம், வெட்கம் வேறு, வெண்புறா சிரிக்குமே என்று ! 'அப்போதே சொன்னது அந்த வெண் புறா என்று அங்கலாய்த்துக் கொண்டது கரும்புறா.

"உனக்கு நான் உதவினேனே; நீயேன் எனக்கு உதவக்கூடாது' என்று கரும்புற அலகால் குத்தியது. தலையால் மோதியது. கலர்ப்புறாவும் தன் சக்தி யைத் திரட்டி கரும்புறாவை எதிர்த்தது. இப்படி இரண் டும் ஒன்றோடொன்று அலகால் குத்தியும், சிறகால் அடித்தும், ஆலமரத்தையே ஒரு

குழப்பத்திற்கு ஆளாக்கி விட்டன வல்லூறோ தன் வேலையைப் பார்த்துக்கொண்டே யிருக்கிறது. வெண்புறா, இந்த விசித்திரத்தை நினைத்து அழுவதா சிரிப்பதா என்று தெரியாமல் விழிக்கிறது. ஆனாலும் எதிரியைத் தாக்க தன் பலத்தை வளர்த்துக் கொண்டே யிருக்கிறது.

சில சில்லறை உதவிகளுக்காகவும், இடம் சுகமில்லா விட்டால் மருந்து கேட்கவும், கலர்ப்புறா, வெண் புறாவிடம் வரும். அந்த உதவிகளை வெண்புறா செய்யும். ஆனால் இப்போது அந்த உதவிகளைக்கூட கரும்புறா, கலர் புறாவுக்கு செய்வதில்லை.

இந்தக் கதையைக் கேள்விப்பட்டு காட்டிலுள்ள பறவைகள் எல்லாம் சிரிக்கின்றன; ஆச்சர்யப்படுகின்றன அதே நேரத்தில் வெண்புறாவின் அறிவுத்திறனைக் கண்டு பாராட்டி, புகழ்ந்திடவும் செய்கின்றன: பாராட்டையும் புகழ்ச்சியையும் கேட்கவா வெண்புறாவுக்கு நேரம் ! அதனுடைய லட்சியமெல்லாம் வல்லூறை விரட்டுவது தான் !

ஆதரிக்கிறார்

புண்யகோடி என்பது அவருக்குப் பெயர். அவர் ஈடுபடாத பொதுப்பணிகளே கிடையாது. அகில உலகப் புகழ் பெறாவிட்டாலும், அனைத்திந்தியப் பெயர் கிடைக்காவிட்டாலும், தமிழகமெங்கணும் அவரை அறிவார்கள் என்ற நிலை பிறக்காவிட்டாலும், அவரது சொந்த நகரத்திலே அவரைச் சுற்றிப் பலர் சூழ்ந்தபடி இருப்பார்கள். நகரசுத்தித் தொழிலாளர்கள் வேலை நிறுத்தம் என்ற ஒரு செய்தி கிளம்பும். செய்திக்கு முன்பாக இவர் கிளம்பு வார்; "நகரசுத்தியாளர்களே ! தயாராகுங்கள். ரத்தம் சிந்துவோம். எத்தர்களை விரட்டுவோம்" என்று முரசு கொட்டுவார். அந்தத் தொழிலாளர்களின் தலைவர்களால் கூட அப்படி கரிச்சனை செய்ய முடியாது; இவர் அவ்வளவு பிரமாதமாக சங்கநாதம் செய்வார். அந்தக் கிளர்ச்சி அடியோடு செத்து சுடுகாடு போகிறவரையிலே தூங்கமாட்டார். தோல்விக்கு இவரே பல காரணங்களை எடுத்துச் சொல்லிவிட்டு அடுத்த போராட்டம் என்ன துவக்கலாம் என்று மூக்கில் விரல் வைத்துக்கொண்டு யோசிப்பார். நகரசுத்தியாளருக்கு அதுவரையிலே கிடைத்து வந்த சலுகைகள் சிலவும் புண்யகோடியின் பிரவேசத்தால் குறைந்துபோகும்.

அப்படிக் குறைந்தால் தான் ஆத்திர உணர்ச்சி அதிகமாகப் பெருக்கெடுக்கும் என்று புது விளக்கம் தந்துவிட்டு பொதுக்கூட்டத்திலே விழுகிற மாலைகளிலே ரோஜா

மலர்கள் இருக்கின்றனவா ; இருந்தால் எத்தனை நாளைக்கு காப்பி போடலாம் என்று கணக்குப்போடுவார்.
திடீரென ஒருநாள் நகரசபையார் ஆயிரம் பிராமணர்களுக்கு அன்னதானம் என்று அறிவிப்பு விடுவார்கள்.

ஆமாம், செய்யவேண்டியது தான். அந்தணர் மனங் குளிர்ந்தால்தான் ஆண்டவன் மனங்குளிரும்" என்று அதற்கும் வியாக்யானம் தருவார்.

பிராமண போஜனத்திலே புண்யகோடி ஆற்றிய பணிதான் தலைசிறந்து நிற்கும். வயிறு புடைக்கத் தின்று ஏப்பமிடும் புரோகிதக் கூட்டத்தினரும் சபைத் தலைவரை வாழ்த்துவதை விட அதிகமாக புண்யகோடியை வாழ்த்துவார்கள்.

நகரசபைத் தலைவர் வெள்ளையப்ப பிள்ளை பெயருக்கேற்றபடி மிகவும் வெள்ளை இருதயமுள்ளவரா யில்லாவிட்டாலும், அதிகக் கெட்டவரல்ல. நகரத்தின் முன்னேற்றத்திலே சிறிது நாட்டங் கொண்டவர்தான். சிரமங்களை ஏற்று, செல்வக் குவியலிலே ஒரு பகுதியைக் கரைத்து எப்படியும் நகரசபைத் தலைவராக வந்துவிட வேண்டுமென்று கங்கணம் கட்டி வெற்றி பெற்றவர். அவருக்கு புண்யகோடியின் மீது பற்றும் பாசமும் உண்டு. புண்யகோடிக்குப் பொதுமக்களிடத்திலே ஏற்பட்டிருக்கிற ஆதரவும் - சேர்மன் வெள்ளையப்ப பிள்ளைக்கு அவர்பால் அன்பு உண்டாக்க ஒரு காரணமாயிருந்தது. அதேநேரத்தில் வெள்ளையப்ப ருக்கு வரவேண்டிய புகழையெல்லாம்

புண்யகோடி புத்தி கூர்மையுடன் தன் பக்கம் திருப்பிக் கொள்வதை வெள்ளையப்பர் அறிய முடியவில்லை. அறிந்தாலும் அது பற்றிக் கவலைப் படப்போகிறவரில்லை, அவருக்கு வேண்டியதெல்லாம் உயர்ந்த பதவி. அவர் உயர்ந்த பதவி யென்று கருதுவதெல்லாம் நகரசபைத் தலைவர் பதவி தான். ஆகவே, யார் பக்கம் பொதுமக்கள் இருந்தாலும், புகழ் தேங்கி இருந்தாலும் அவர் கவலைப்படுவதில்லை. தேர்தல் நேரத்திலே பொது மக்களின் ஏஜண்டை கைக்குள் போட்டுக்கொண்டால் போதும் என்று எண்ணுகிறவர். அதற்கென்ன, அதிக சிரமமா வேண்டும்? பணத்தால் அடித்தால் சுருண்டு விழக்கூடிய பொதுநலவாதி புண்யகோடி பக்கத்திலே இருக்கும்போது !

அந்தரங்கத்திலே அந்தஸ்து படைத்தவர்களின் அடிமையாகவும், அம்பலத்திலே பொதுநலத் தொண்டராகவும் புண்யகோடி உலவிக் கொண்டிருந்தார்.

"ஆகா, எவ்வளவு நல்ல மனிதரப்பா! ஏழைகள் துடித்தால் அவரும் துடிக்கிறாரே! அவரல்லவா ஏழை பங்காளர்" என்று ஏற்றிப்போற்றினர், குடிசைவீட்டுக் காரர்கள்.

"பிராமணாளிடத்திலே எத்துணை அன்பு! பக்த னென்றால் அவரல்லவோ பக்தர்! என்று பாராட்டி மகிழ்ந்தது, பார்ப்பனச்சேரி.

ஆற்றிலே வெள்ளம் அணைபோட மக்கள் பட்டாளம் திரளும். உழைப்பார்கள், யார் யாரோ ! நகரசபை, பணம் செலவழிக்கும். அங்கே தளபதியாக நின்று அதிகாரக்குரல் எழுப்புவார். நமது புண்யகோடி. தேகம் வாடாமல்- வியர்வை சிந்தமால்- 'ஆற்று வெள்ளத்தைத் தடுக்க தலைவன் புண்யகோடி' என்ற பட்டத்தை சுலபமாகப் பெற்றுக்கொண்டு போய்விடுவார்.

அழகான வீடு - அருமையான வாழ்வு- பளபளப்பு கெடாத பொதுநலத் தொண்டு - பகட்டு வெளிப்படாத அளவுக்கு தந்திர மிக்க வாழ்வு-புண்யகோடியின் சக்கரம் அப்படி உருண்டு கொண்டிருந்தது.

நகரசபையிலே ஒரு நல்ல தீர்மானம் நிறைவேறியது தேர்தல் நெருங்கிவிட்ட காரணத்தால் நன்மை பயக்கும் தீர்மானங்கள் சிலவற்றினால் பொதுமக்களைக் கவரவேண்டிய நிலைமை ஏற்பட்டது பதவியிலிருக்கும் வெள்ளையப்பருக்கு!

'வீதிகளையெல்லாம் தார் போட்டவைகளாக்க வேண்டும். ஒரே ஒழுங்காக தெருக்கள் அமைய வேண்டும். அதற்கான வேலையை உடனடியாகத் துவங்க வேண்டும்' என்று ஒரு தீர்மானம் நிறைவேறியது.

அடுத்தபடியாக நகரசபைக் கட்டிடத்தைப் புதுப்பிக்க வேண்டும் என்று ஒரு அவசரத் தீர்மானமும் கொண்டுவரப்பட்டது.

கட்டிடம் புதுப்பிக்கப்படும் வரையிலே, நகரசபை அலுவலகத்தை எங்கே வைத்துக்கொள்வது என்ற பிரச்சினை கிளம்பியது. அப்போது பொதுநலத் தொண்டர் புண்யகோடி புறப்பட்டார். மக்கள் நலனுக்காக என் வீடுகளில் ஒன்றை தற்காலிகமாக நகர சபை அலுவலகத்திற்கு வாடகையில்லாமல் தருகிறேன் என்று தம்பட்டமடித்தார். ஊரெல்லாம் பேசியது அவரது உதார குணத்தை மெச்சி ! நகரசபை கட்டிட வேலை துவங்கியது. புண்ய கோடியின் வீட்டிலே அலுவலகம் பணியாற்றியது.

புதிய கட்டிடத்தின் திறப்புவிழா நடைபெற்றது. திறப்புவிழாவிலே தற்காலிக அலுவலகத்திற்கு தன் வீட்டைத் தாராளமாகத் தந்த தந்தை புண்யகோடி என்று வாழ்த்திப் போற்றினார்கள், நகர சபையார்- விழாத் தலைவர் - விரிவுரையாளர்கள் - அனைவருமே!

பொதுமக்கள் அரங்கிலே புண்யகோடிக்கு நல்ல பெயர் வந்துவிட்டது. இனி அவருக்கு வேண்டியது பணமல்லவா? அதுதானே புண்யகோடியின் இலட்சியம். அதற்கான முயற்சியிலே ஈடுபட்டார். நகரசபைக்கு ஒரு ரகசிய விண்ணப்பம் அனுப்பினார். அதில்.

"என் சொந்த வேலைகளைக்கூட கவனியாமல்-என் சொந்த வசதிகளைக்கூட எதிர்பார்க்காமல் நகரசபைக்காக - பலர் எதிர்த்துங்கூட பொருட்படுத்தாமல் - என் வீட்டை அலுவலகத்திற்கென இதுவரை கொடுத்திருந்தேன். அதனால்

என் வீட்டிலே ஏற்பட்டிருக்கிற பழுதுகளை மீண்டும் புதுப்பிக்க பத்தாயிரம் ரூபாய் தேவைப்படுகிறது. அந்தப் பத்தாயிரத்தை எனக்கு நஷ்ட ஈடாகத் தரும்படியாகக் கேட்டுக் கொள்கிறேன்." என்பதாகக் குறிப்பிட்டிருந்தார் அந்த விண்ணப்பம் நகரசபைத் தலைவரின் பார்வைக்குப் போவதற்கு முன்பே நகரசபைத் தலைவர் வெள்ளையப்பர், தேர்தல் வேலைகளிலே ஈடுபடவேண்டியதாயிற்று, பலத்த போட்டி. பணம் நீராக ஓடியது. முடிவு பரிதகபகரமாக மாறிவிட்டது. வெள்ளையப்பர் கௌன்சிலராகக்கூட வர முடியவில்லை!

புண்யகோடிக்கு உள்ள வருத்தமெல்லாம் அந்தப் பத்தாயிரம் வரவேண்டியது போய்விட்டதே என்பது தான்.

பொதுநலத் தொண்டன் என்ற பெயர்மட்டுந்தானா மிச்சம் என்று பெருமூச்சுவிட்டார்.

நகரசபையில் குறிப்பிடத்தக்க மாறுதல் ஏற்பட்டது. வெள்ளையப்பரின் ஆதிக்கம் அறவே ஒழிக்கப்பட்டு, அந்த ஊரில் அப்போது பிரபலமடைந்த மஞ்சள் கட்சி என்ற புதுக் கட்சி பதவி ஏற்றது. அந்தக் கட்சியின் தலைவரும் - நகரசபைத் தலைவருமாக பதவியேற்றவர் ராஜ நிலையத்தார் என்பவர். அவருக்கும் நமது புண்ய கோடிக்கும் ஒற்றுமை கிடையாது. இவ்வளவு சீக்கிரம் தேர்தல் வரப்போகிறது; அதில் ராஜ நிலையத்தார் ஜெயிக்கப் போகிறார் என்று முன்கூட்டியே தெரிந்திருந் தால், புண்யகோடி அவர் பக்கம் சேர்ந்துகொண்டு

பொதுப்பணியாற்றியிருப்பார். இப்போதும் ஒன்றும் முழுகிவிடவில்லை; ஒரு கை பார்ப்போம் என்று வேஷ்டியை வரிந்து கட்டிக்கொண்டு புண்யகோடி புறப்பட்டார். புதிய நகரசபைத் தலைவரின் பார்வைக்குத் தனது பழைய விண்ணப்பத்தை அனுப்பிப் பத்தாயிரத்தைக் கேட்டார். புதுத் தலைவர் "இதெல்லாம் பழைய சமாச்சாரம் வெள்ளையப்பரையே கேட்டுக்கொள்ளும் ' என்று பதில் எழுதிவிட்டார்.

அம்மாமி ஆட்டுக்கறியை களவுகொடுத்த கதையாக புண்யகோடி மனதுக்குள்ளேயே புலம்பினார். வெளியில் சொன்னால் மக்கள் சிரிப்பார்கள், 'இனாமாகத் தந்த இடத்துக்கு இவ்வளவு ரூபாய் கேட்கிறானே யென்று!" "கிளர்ச்சி கிளர்ச்சி" என்று ஒலி கிளம்பியது. புண்யகோடி உண்டாக்கிய புயல்தான் அது! ஆனால் அந்தப் புயல்களெல்லாம் புஸ்வாணமாகிவிட்டன. புதிய தலைவரை இழித்தும் பழித்தும் பேசிப் பொதுஜன செல்வாக்கைத் திரட்டிக்கொண்டே இருந்தார், புண்யகோடி. அதன் விளைவாக ராஜ நிலையத்தார், புண்யகோடியின்மீது வழக்குத் தொடர்ந்தார். நகரசபையின் மீது மானநஷ்ட முண்டாக்கியதாகக் கூறப்பட்டு, புண்யகோடி பத்தாயிரம் ரூபாய் நஷ்ட ஈடு தர வேண்டுமென்று தீர்ப்புத் தரப்பட்டது, நீதிமன்றத்திலே.

புண்யகோடியின் வயிறு எரிந்தது. பொதுமேடைகளிலே முழக்கினார். பொதுமக்கள் நன்கொடைகள் வசூலித்தனர்.

பத்தாயிர ரூபாயை பொதுமக்களே தந்தனர். நஷ்டஈட்டை புண்யகோடி கட்டினார்.

பொதுத்தொண்டு சிங்கம் புண்யகோடி பூரிப்போடு உலவினார்- பொதுமக்களின் இருதயங்களை மிதித்துக் கொண்டு!

மீண்டும் நகரசபைத் தேர்தல் வந்தது. இந்தத் தேர்தலிலே புண்யகோடி ராஜ நிலையத்தாரை மூர்க்கமாக எதிர்த்தார்- ராஜ நிலையத்தார் மட்டுமே தோற்றார். மஞ்சள் கட்சி உறுப்பினர்கள் பலர் வெற்றிபெற்று விட்டார்கள். அதன் காரணமாகத் தலைவர் பதவிதான் மாறியதே தவிர, நகரசபை எதிர்கட்சியினரிடமே இருந்துவிட்டது. நகரசபைக்குத் தலைவராக இந்த முறை வந்தவர் மிகவும் கொடியவர். நகத்துக்கே நாசம் விளைவிப்பவர் என்று எல்லோரும் கருதினர். புண்யகோடி யிடம் வந்து புலம்பினர். "இவ்வளவு கஷ்டப்பட்டீர் களே கடைசியிலே அந்தக் காதகன் நகரசபைத் தலைவனாக வந்துவிட்டானே" என்று அலறினர். புண்ய கோடியும் கண்ணீர் விட்டார்.

மாதங்கள் சில உருண்டன. புதிய நகரசபைத் தலைவரின் அட்டகாசம் தாங்கமுடியவில்லை. பொதுமக்கள் குமுறும் எரிமலைகளாகி விட்டனர். அப்போது, புண்யகோடி புதிய தலைவரைப்பற்றி ஒரு மேடையில் பேசப்போவதாக விளம்பரம் செய்தார். மக்கள் திரண்டு வந்தனர். முதலில் புண்யகோடியின் காரியதரிசி பேசினார். புதிய தலைவரைக்

காரசாரமாகத் தாக்கினார். மக்கள் குதூகலித்தனர். அடுத்துப் புண்யகோடி எழுந்தார். பொதுமக்கள் ஆவல் ததும்பியபடி அவர் பேச்சை எதிர்நோக்கினர்.

நான் புண்யகோடி பேசினார். "நண்பர்களே ! புதிய தலைவரை ஆதரிக்கிறேன்" என்று கூறிவிட்டு மேடையிலிருந்து கீழே இறங்கினார். பொதுமக்கள் வாயடைத்துப் போயினர். காரியதரிசி கரிச்சிக்கிறார். புண்யகோடி இப்படி பேசுகிறார். என்ன ஆச்சரியம் ! என்று நகரமேவியந்தது.

"நீ தாக்கு"

"நான் ஆதரிக்கிறேன் " என்று திட்டம் போட் டிருக்கிறார்கள் என்றனர் சிலர்.

"புதிய தலைவருக்கும் புண்யகோடிக்கும் ஏதோ பேச்சு நடந்திருக்கிறது' என்றனர் சிலர்.

"எல்லாம் நன்மைக்குத்தான் என்றனர், புண்ய கோடியின் பரம்பரைப் பக்தர்கள்.

பாவம்; அவர்களுக்கெல்லாம் தெரியாது - புண்ய கோடி, மீண்டும் அனுப்பிய பழைய விண்ணபப்பத்தை புதிய சேர்மன் கவனித்துப் பத்தாயிர ரூபாயை வீடு பழுது பார்க்கத் தந்துவிட்டார் என்ற சேதியும்- புண்ய கோடியிடம் பழைய நகரசபை நஷ்ட ஈடாகப் பெற்ற பத்தாயிரத்தைத் திருப்பிக்

கொடுத்துவிட்டார் என்ற தகவலும். எல்லாம் எப்படியோ மறைக்கப்பட்டு விட்டன. புண்யகோடி பொதுஜனத் தொடர்போடுதான் உலவுகிறாராம் இதைமட்டும் அவர் அன்றைய காரியதரிசி சொல்கிறார்.

தொத்துக்கிளி

அன்றைய 'எக்ஸிபிஷன்' அண்ணாமலைக்குச் சுவைக்கவில்லை. ஏனெனில் அன்று அழகிகள் வரவில்லை. எழிலரசிகளின் அதரங்களிலே தவழும் புன்னகையிலே பூரிப்புப் பெறுபவன். அண்ணாமலை அழகற்றப் பெண்கள் இந்த உலகத்தில் வாழ லாயக்கற்றவர்கள் என்பது அவனது கொள்கை. பிரம்மா சரசாவுடன் இன்பப் பொழுது போக்கிக் கொண்டிருந்தபோது தனது படைப்புத் தொழிலைச் செய்ய வேண்டுமேயென்ற எரிச்சலோடு சில மாமிசப் பிண்டங்களைப் படைத்தானாம். அவர்கள்தான் அழகற்றப் பெண்களுக்கு இந்த உலகத்தில் தொல்லை கொடுப்பவர்களென்று அண்ணாமலை அடிக்கடி சொல்லுவான். அவனுக்கு வாழ்வு ஒரு பூஞ்சோலை; அதில் பறந்து திரியும் கிள்ளைகள்தான் பெண்கள்!

"சே! என்ன எக்ஸிபிஷன் இது! அழகிகளில்லாத 'எக்ஸிபிஷன்' குஷ்டரோகம் பிடித்த 'ஜூலியட்டுக் குத்தான் சமம். ரோமியோகூட அவளைத் தீண்ட மாட்டானே இந்த உலகிலேயே அழகானவன் தமிழன் என்கிறார்களே! ஒரு அழகான தமிழச்சியை இங்கே காணமுடியவில்லையே.... -என்றெல்லாம் முனகிக் கொண்டிருந்தான் அண்ணாமலை. வளையல் கடைகளையும், ரிப்பன் கடைகளையும் வலை போட்டுத் தேடினான். சேல் கெண்டைக்கு வலைபோட்டான், வரால் குஞ்சுகள் தான் சிக்கின ! அங்கே காணப்பட்ட பெண்கள் தாங்கள் எவ்வளவு விகாரமாய் இருக்கிறோம்

என்பதைப் பற்றிக் கவலைகொள்ளவில்லை. ஆனால் அழகான வளையல் களைப் பொருக்குவதில் மட்டுமென்னமோ தயங்கவில்லை! உலகமே அப்படித்தானே! தான் அழகாயில்லை என் பதற்காக குயில் பாடாமலிருந்தால்....அழகாயிருக்கிறோம் என்பதற்காக மயில் கானம் இசைக்கத் துவங்கினால்.... இயற்கையே மாறியிருக்குமே!

துவண்ட உள்ளத்தோடு சுற்றிக்கொண்டி ருந்தான், அண்ணாமலை. "களுக்' என்று சப்தம் கேட்டுத் திரும்பினான். ஆம்.... சேல் கெண்டையே சிக்கிவிட்டது. அவளுடைய அலையும் விழிகளிலே அவன் அற்புதத்தைக் கண்டான். தன் புருவ வில்லினால் அண்ணாமலையை அக்கக்காகக் குத்திக் கொன்றுவிட்டாள். அந்த மாதுளை மலர் போன்ற அதரங்கள் அண்ணாமலையின் உள்ளத்திலே உணர்ச்சிப் புயலைத் தூண்டிவிட்டன. கண்டாரைக் கவரும் அவள் அண்ணாமலையையா விட்டு வைப்பாள் ?

அண்ணாமலையை மட்டுமென்ன அவன் போன்ற மற்ற ஆண்களையும்தான் அவள் தன் புன்சிரிப்பினால் கவர்ந்தாள். அண்ணாமலை ஒவ்வொரு திக்கிலும் சென்று, ஒவ்வொரு கோணத்திலும் அவளை ரசித்தான். ஆனால் அந்தப் "பூங்கோதை" அந்த வளையல் கடையை வீட்டு அசையவில்லையே! அழகியாயிருந்தாலென்ன, கல்லூரி மாணவியாயிருந்தாலென்ன, கம்பனின்

சூர்ப்பனகையாயிருந்தாலென்ன, அவர்கள், அனைவரையும் கவர்ந்துவிடுகிறான்,

துணிக் கடைக்காரனும், வளையல், ரிப்பன் கடைக்காரனும்! அவர்கள் பொருக்கும் "டிசைனில்" தான் வித்தியாசமே தவிர அவர்கள் வாங்குவது என்னவோ கண்ணாடி வளையல்களும், இமிட்டேஷன் நகைகளும் தான்!

ஆம்! பெண்கள் இமிட்டேஷனில் உள்ளத்தைப் பறிகொடுத்து விடுகிறார்கள். இதைப்போலத்தான் விமலாவும் அண்ணாமலையிடம் தன் உள்ளத்தைப் பறி கொடுத்தாள், அவன் ஒரு 'இமிட்டேஷன் டால்' அடிக்கும் பட்டை தீட்டப்பட்ட கண்ணாடி என்பதை அறியாமல் ! பெண்களைப் போலத்தான் சில ஆண்களும்! அவளுடைய அழகையும் "மேக் - அப்'பையும் அளக் கிறார்களேயன்றி, உள்ளத்தை - அவளுடைய பண்பை அளப்பதில்லை! சிலர் காதல் செய்யப் பழகிக்கொள்கிறார்கள்: பழக்குகிறார்கள். ஆனால், இதற்கு எத்தனை பேர் பலியாகிறார்கள் தெரியுமா?

பாவம்! விமலா அண்ணாமலைப் படுமடுவிலே வீழ்ந்துவிட்டாள். குளிர் நீரோடை என்றெண்ணி! அவள் மேலும் தப்பில்லை, அவள் என்ன செய்வாள்? அவள் ஒரு காம்பொடிக்கப்பட்ட குண்டு மல்லிகை ! மலர் செடியிலிருந்து பறிக்கப்பட்டதே யொழிய, மணத்திலிருந்துப் பறிக்கப்பட வில்லை. இன்னும் வாசனை வீசிக்கொண்டேதான் இருக்கிறது. ஆம்...... அவள் ஒரு இளம்

விதவை. ஆனால் அவளுடைய பெற்றோர்கள் புத்திசாலிகள்; அஞ்சாத நெஞ்சர்கள் அதனால்தான் கல்லூரியிலே சேர்த்துவிட்டனர், விமலாவை!

இந்தக் கன்னி கல்லூரியிலேதான் சிக்கினாள்- அண்ணாமலையிடம்! அவனுடைய அழகை ரசிக்கும் தன்மைக்கு இரையானாள், விமலா! விமலாவின் மனோ நிலையை அறியாது அழகி வேட்டையாடுகிறான் அண்ணாமலை! ஆனால் அவன் ஒரு குண்டுமல்லிகையை முகர்ந்து கொண்டிருக்கும் போதே மற்றொரு ரோஜாவுக்கு ஆசைப்பட்டான். அங்கேதான் அண்ணாமலை
ஒரு பெருத்த கொலை செய்துவிட்டான். ஆம்! அந்த மலரைக் கசக்கிவிட்டான். பாவம்! விமலா கெடுக்கப்பட்டாள்.
இன்னும் ஒன்பது மாதத்தில் அவள் ஒரு குழந்தைக்கு தாயாகி விடுவாள்.

இப்போது அண்ணாமலை விமலாவைப் பற்றிக் கவலைப் படுவதில்லை. அவனுக்குத்தான் எத்தனையோ விமலாக்கள் 'சந்தை'யிலே கிடைக்கிறார்களே!

விமலா அழுதாள் ; புரண்டாள் ! ஆனால், பலன்....? அண்ணாமலை அவளைத் திரும்பியே பார்ப்பதில்லை. வகுப்பு முடிந்ததும் அவளைப் பார்க்காமலேயே எழுந்து சென்றுவிடுவான், வேறொரு பக்கமாக!

கிளி பாய்வதில்லையா மரத்துக்கு மரம் ! எந்த மரம் பச்சையாக இருக்கிறதோ, எந்த மரத்தில் அதிகமாகப் பழங்கள் இருக்கின்றனவோ அந்த மரத்துக்குத்தான் தாவும் பச்சைக் கிளி. அண்ணாமலையும் அப்படித்தான்! அவன் அழகியாகப் பார்த்துத் தாவுகிறான். அவன் ஒரு தொத்துக் கிளி ! அந்த மரம் அல்லவா முன்பே ஆராய்ந்து தெளிய வேண்டும், அது நிரந்தரமாகத் தங்கக்கூடிய கிளியாவென்று ! எண்ணத் தவறினாள் விமலா! அதோ, அவதிப்படுகிறாள்.

விமலா மெள்ள மெள்ள அறிந்துகொண்டாள் அண்ணாமலையின் ரகசியத்தை. அவள் புலியானாள் அவள் முன்னே கண்ணகியும், மாதவியும் வந்து வந்து போயினர். மணிமேகலை அமுதசுரபியுடன் காட்சி தந்தாள். நல்லதங்காள் தற்கொலைக்கு முயற்சிப்பதையும் பார்த்தாள். அவள் உடம்பு ஒருமுறை வியர்த்துப் பின் சில்லிட்டது. அவள் இருதயத்திலிருந்து இரத்தம் புது வேகத்துடன் பாய்ந்தது உடலிலெல்லாம்.

அவன் அழகாயிருப்பதால் தானே அவன் வலையில் நான் வீழ்ந்தேன், தத்தளிக்கிறேன். அவன் அழகாயிருப்பதால் தானே அவன் பெண்களைக் கெடுக்கிறான். அவன் அழகைக் கெடுத்துவிட்டால்........ ?" என்னென்னமோ எண்ணிக்கொண்டே சென்றாள், விமலா கல்லூரிக்கு !

"கெமிஸ்ட்ரி பிராக்டிகல்' நடந்து கொண்டிருந் தது. பையன் ஒருவன் கண்ணாடிக் குவளையை உடைத்ததைப் பற்றி

விசாரணை செய்துகொண்டிருந்தார் பேராசிரியர். விமலா முக்கி முணகிக்கொண்டே சோதனையைச் செய்து கொண்டிருந்தாள். என்ன வென்று கேட்டவர்களுக்கு வயிற்றுவலியைக் காரணமாகச் சொல்லிக் கொண்டிருந்தாள். அவளுக்கல்லவா தெரியும் நடந்ததும் இனி நடக்கப் போவதும்!

அண்ணாமலை ஒரு மூலையில் சோதனை செய்து கொண்டிருந்தான். முன்பு போல இப்போது அவன் விமலாவைக் கவனிப்பதில்லை. விமலா மெதுவாகத் தன்னிடத்தைவிட்டு நகர்ந்தாள். அணையப் போகும் விளக்கு பிரகாசத்துடன் எரிவதில்லையா ? அதைப் போல அவள் முகத்திலே ஒரு ஒளி ; சிறு மகிழ்ச்சி காணப்பட்டது. அவள் கையிலே ஒரு பாட்டில் இருந்தது. விமலாவை மாணவர் யாரும் கவனிக்கவில்லை.

விமலா பாட்டிலை மெதுவாகத் திறந்தாள். கொஞ்சம் தயங்கினாள். நெருப்புக் குழியில் விழப்போகுமுன் அணலைக் கண்டு அஞ்சலாமா? கடலிலே குதிக்கத் தீர்மானித்தபின் அலையைக் கண்டா மனங் குலைவது? பாட்டிலில் உள்ளதை அண்ணாமலையின் முகத்திலே கொட்டினாள்.

ஆ வென்று அலறிவிழுந்தான் அண்ணாமலை. அவன் முகத்திலே கடுகு தாளிக்கப் பட்டது. அதே சமயத்தில் விமலாவும் கீழே சுருண்டு விழுந்தாள். ஆம்! அண்ணாமலை

முகத்திலே விமலா அக்கினித் திராவகத்தைக் கொண்டினாள், அவன் அழகு மடிவதற்காக. அவளும் குடித்துவிட்டாள், குடல் அறுபடும் அளவுக்கு அக்கினி திராவகத்தை !

கெமிஸ்ட்ரி ஆய்வுக்கூடத்தில் ஒருத்தி இந்த உலகிலிருந்து விடுதலை பெற்றுக்கொண்டிருந்தாள். ஒருவன் தாமரையன்ன முகமுடையோன் - தன் அழகினால் அழகிகளைக் கெடுத்த அண்ணாமலை -குரூபியாக்கப்பட்டு கீழே கிடந்தான். இனி அவனைப் பெண்ணினம் திரும்பியே பார்க்காது; உதைத்துத் தள்ளிவிடும்.

எல்லா மாணவர்களுக்கும் ஒன்றும் விளங்கவில்லை; திகைத்துப் போனார்கள். அந்தத் தொத்துக்கிளி அண்ணா மலைக்கு மட்டும் தெரியும் அந்தக் காரணம். அவன் முன்னே புதுவைப்புரட்சிக் கவிஞர் சிரித்தபடி நின்றார். அவர் உதடு அசைந்தது. "செல்வப் பிள்ளாய்! இன்று புவியில் பெண்கள் சிறுநிலையில் இருக்கவில்லை; விழித்துக் கொண்டனர், விளையாட நினைத்துவிட்டாய் ஊர்ப்பெண்கள் மேல்! பொல்லாத மானிடனே, மனச்சான்றுக்குள் புகுந்து கொள்வாய் ! நிற்காதே ! " கவிஞர் மறைந்து விட்டார், அண்ணாமலை கண்களை இறுக மூடிக்கொண் டான், எரிச்சல் தாங்க மாட்டாமல்.

இரகசியம் !

அவன் கவிஞன், பொன்னும் மணியும் மின்னும் வைரமும் பூட்டி மகிழ்வான் தமிழ்த்தாய்க்கு ! தந்தத் தால் ஆன கட்டிலிலே சந்தணத் தொட்டிலிலே தமிழ்க் குழவியை சீராட்டிப் பாராட்டுவான். கண்ணே ! முத்தே தமிழ்ப்பண்ணே ! என்றெல்லாம் கவிதைக் காதலியோடு கொஞ்சுவான். அவன் புகழ்குன்றின் மேல் ஜோதியா யிற்று.

எழுத்தின் வேந்தர் என்றனர் அவனை.

கருத்தின் செல்வன் என கவி பாடினர் மக்கள்.

பழுத்த அனுபவம். கொழுத்த சொற்கள். இவை களை வைத்துக் கொண்டு அவன் தமிழுலகில் நிமிர்ந்து நின்றான். ஏடுகள்...அவன் எழுத்துக்கோர்வை இல்லாவிட் டால் இனிக்காது!

நாடகம்....அவன் பாடல் ஒலிக்காவிட்டால் சோபிக்காது! திரை உலகம்.... அவன் கீதங்கள் முழங்காவிடில் சுவைக்காது ! இப்படி வளர்ந்தான் அவன்.

ஏழைகளை ஊக்குவிப்பான் ! கோழைகளை வீரராக் குவான்! "தாழையின் முள்ளும் வாழையின் குருத்தும் சேருமோ" எனக்கேட்டு "தமிழர் பண்பும் ஆசிரியர் கலையும் ஒட்டாது;

கிழிந்துவிடும் " என்பதற்கு விளக்கம் தருவான். அவனைப் பாராட்டிப் பலர் எழுதினர்.

"கவிஞனே! கலைவாணனே! கருத்துச் செல்வமே! கண்டேன் உமது கவிதையை! விதவைத்துயர் பற்றி வேதனை நிரம்பிய கீதம் அமைத்தீரே; அதுகண்டு விழியிலே நீர் பெருக்கினேன். இத்தகைய பெருமை மிகுந்த உம்முடன் இருந்து பணி செய்ய விழைகிறேன். விருப்பம் நிறைவேறுமோ? விடுத்திடுவாய் பதில் இங்ஙனம் வில்லவன்"

இப்படி ஒரு மடல்!

"ஏட்டிலே பாட்டு கண்டேன்! எழுத்தின் வித்தகனே! என் இதயங் கவர்ந்தவனே! ஏழை நான்! எனக்கோர் உதவி செய்வாயோ! கவிதை எழுதுவதில் அடியேன் திறமை யுடையவன். என் கவிதைத் தொகுப்புகளை புத்தகமாக்கும் பணியை மேற்கொள் வீரேல் என் ஆசை நிறைவேறும். உடன் பதில் தருவாய்! காத்திருப்பேன். இப்படிக்கு இன் மொழியான்

இப்படி ஒரு முடங்கல் வரும் !

"கடல் மடை திறந்தாற்போல் கருத்து மழை பொழியும் கவிஞர் ஏறே! கடையேன் கண்ணப்பனின் கண்ணீரைத் துடைப்பீர்! எனக்கு கவிதை எழுத பல நாட்களாய் பேரவா! அந்த எண்ணத்தை ஈடேற்று வீராக"

இப்படி ஒரு கடிதம் !

"நாடகத்தில் உமது சொற்றிறன் போற்றற் குரியது. கதாநாயகனும் கதாநாயகியும் பாத்திரத்தால் உயர்வு பெற்றதைவிட உமது பாட்டால் அதிகம் மதிப்பு பெற்றனர். உமது பாட்டை இசைக்கும் பெரும் வாய்ப்பு எனக்கு கிட்டுமோ! உம் நாடக மேடை எனக்கு எட்டுமோ! தர்பார் காட்சியில் சாமரம் ஏந்தி னாலும் சரி; உன் பாட்டொலிக்கும் அரங்கில் அரிதாரம் பூசி நின்றேன் அடியேன் என்ற புகழ் வந்தால் போதும்; புண்ணியனே! கண்ணியனே! புலியே! சிங்கமே! புனிதனே! பொறுப்புடன் எனக்கோர் புதுப்பணி தரு வீர்! வணக்கம், வணங்காமுடி

இப்படி ஒரு தாள் !

"திரையுலக ஜோதியே! ஆதியே ! நீதியே ! வீதியே கதியென்று கிடக்கும் இந்த வீணன் கலையுலகில் காலெடுத்து வைக்க கனவுகாண்கிறான். கடலில் செல்ல கட்டுமரம் வேண்டுமென்பார்கள். காசாசைக்காக அல்ல; கலையுலகத்துக்குப் பணிபுரிய - அதுவும் உன் கவிதைகளைப் பாடி தொண்டாற்ற -தோழனே! தொல்லைப்படும் நான் எல்லையில்லா ஆவல் கொள்கிறேன் துணை புரிவாய்!

இங்ஙனம் தூயமணி

இப்படி ஒரு அஞ்சல் !

ஏழைகளைப்பற்றி எழுதும் என் அய்யனே ! என் கதை சோகம் நிறைந்தது ! எனக்கோர் வழிகாட்டு!'

"நாடகத்தில் ஒரு வேடம்"

திரையுலகில் ஒரு காட்சி"

"நீ எழுதும் ஏட்டினிலே ஒரு வாய்ப்பு

"பணமல்ல எனக்குத் தேவை! பணிபுரிவேன்

கலைத்துறைக்கு ! "

"உன் பாடலை என் வாயால் பாடவேண்டும்

"சரியென்று சொல்! இல்லையேல் என் சாவை ஏற்றுக்கொள் !"

"பல முடங்கல் எழுதினேன்-பதிலில்லை ஏன்?

'வேலையில்லை என எழுதிவிட்டீர் வேதனை

தாங்கவில்லை"

"நாடக மேடை!"

"திரை உலகம் !!"

"பத்திரிகை அலுவலகம் !!!"

ஆயிரக்கணக்கிலே அவன் புகழ் பாடி கடிதங்கள் குவிந்தன. புகழ் பாடும் கடிதங்கள் எல்லாம் அவன் உதவியை நாடி நின்றன. அவன் வளர்ச்சிக்கு அளவே இல்லை. வளர்ந்தான்: வளர்ந்தான்; வளர்ந்து கொண்டே போனான்!

ஒரு நாள் திடீரென அவன் இல்லத்தில் ஒப்பாரி கேட்டது ! அலறல் வந்தது கேட்டு அனைவரும் ஓடினர். ஊரே திரண்டு ஓடியது! அவன் இறந்துவிட்டான். இறவாப் புகழ்பெற்ற அந்தக் கவிஞன் இறந்துவிட்டான். அதுவும் தற்கொலை செய்துகொண்டு இறந்து விட்டான். கோழைகளை வீரராக்கிடப் பாடிய அந்தக் கோமான் இறந்து விட்டான். தற்கொலை செய்து கொண்டான் தமிழ்த் தாய்க்கு சிலம்பு பூட்டி சிங்கார அணிகள் சூட்டி மகிழ்ந்தவன்.

உத்திரத்திலே தொங்கிக்கொண்டிருந்தது உத்தமனின் பிணம்!
அந்த ஊர் கேட்டது ஏன் வலுவில் உயிர்விட்டான் என்று !
உலகமே வியந்தது! ஒரு குறைவுமில்லாதவன்
உயிர்விட்டுக்கொள்ள யாது காரணமென அறியாமல்!
அவனோ நிம்மதியாகத் தொங்கிக் கொண்டிருந்தான்.

போலீசார் வந்தனர், பிரேதத்தை பரிசோதித்தனர் கவிஞனின்
சட்டைப் பையிலே ஒரு காகிதத் துணுக் கைக் கண்டனர்.
அதில் அவன் எழுதியிருந்தான்.
"என் சாவுக்குக் காரணம்; என் காலடியிலே உள்ள பெட்டிதான்
"என்று!

போலீசார் பெட்டியைத் திறந்து பார்த்தனர். பொது மக்களும்
ஆவலோடு கவனித்தனர். பெட்டி திறக்கப் பட்டது ! அதில்
ஆயிரக்கணக்காக சிபாரிசுக் கடிதங்கள் இருந்தன ; "எனக்கு
வேலை கொடு ""நான் பாடு வேன் திரையுலகில் வாய்ப்பு
வேண்டும்" என்பது போல!-
இப்போது புரிந்துவிட்டது எல்லோருக்கும் அவன் ஏன்
செத்துக்காட்டினான் என்று!

தெருக்கூத்து

காட்சி - 1

வளமை குலுங்கிடும் வயற்காடுகள், பொன் முத்துக்களைச் சுமந்து நிற்கும் நெற்றாட்களின்மீது கதிர வனின் ஒளிபட்டு ஜரிகையென மின்னுகின்றன. வயலின் பக்கத்தேயுள்ள பசும் புற்றரைகளில் கொழுத்த பசுக் களும், அவைகளோடு கொஞ்சிக் குறும்பு விளைக்கும் கொழுந்துக் கன்றுகளும் காட்சி தருகின்றன.

மலர்களிலே பனி தூங்க -கனி தாங்கியபடி மரங் கள் நின்றிட - தோகை விரித்த மயிலும் துள்ளியாடும் மானும் - கானமெழுப்பும் குயிலும் - களிநடம் புரியும் சிறுமியரும் எழிலூட்டிட சோலைகள் காட்சி வழங்கு கின்றன. எங்கிருந்தோ ஒரு தேன்குரல் கிளம்புகிறது. குயில் கவனிக்கறது, வாயடைத்துப் போய் ! மயில் ஆடாமல் நின்று விட்டது, மயக்கத்தால் ! மானும் மழலை மொழி யினரும் குரல் வந்த திக்கு நோக்கி திறந்த கண்ணை மூடாமல் நிற்கின்றனர்.

"சிங்கமும் மானும் உலவுங்காடு செந்தமிழ்த் திருநாடு........
எங்கும் இல்லையே இதற்கொரு நாடு இந்த உலகினில் ஈடு...........!!!"

இசையை முன்னே அனுப்பி தொடர்ந்து வந்தாள் மேடைக்கு. அந்த துள்ளும் இளமை அள்ளும் அழகு

சேர் ஆரணங்கு ஒடிந்துவிழும் கொடியிடை, ஒய்யார நடனமாயிருந்தது. அவள் பாடினாள், பாடினாள், பாடிக் கொண்டேயிருந்தாள். அழகு சதிராடும் அவள் விரல்கள் வழியே விழியை எங்கேயோ தூது விடுத்தாள். தூது முடிவதற்கு முன் புலியொன்று பாய்ந்தது மேடையில், புலியைத் தொடர்ந்து அவள் எதிர்பார்த்த வீரனும் பாய்ந் தான். அந்தப் புதுமொழியாள் சிறிது கலங்கினாள். வீரன் பேச ஆரம்பித்தான்.

வீரன் : *வஞ்சிக்கொடியே ! அஞ்சாதே ! புலியை அடக் கினால் தானே இந்தப் புள்ளிமானை அணைக்க முடியும் என்னால்! இதோ பார்.*

வீரன் புலியின் மீது பாய்ந்தான். பயரங்கரமான போராட்டம் நடைபெற்றது. புலியின் நீண்ட கோர மான நகங்கள் அவன் இருதயத்தைப் பெயர்த்தெடுக்க முயற்சித்தன, புலியின் அகண்ட வாய்க்குள்ளே அவன் வணங்காமுடி அகப்பட்டுக்கொள்ளுமோ என்று அவள் துடித்தாள். புலியின் கால்களை வீரன் பிடித்துக்கொண் டான். நெற்கதிர்களைக் களத்தில் போட்டு கீழே அடிப்பதுபோல, வீரன் புலியை பலமுறை தரையில் அடித்தான். புலி தோல்வியுற்றது. அதைக் கையில் பிடித்து இழுத்துக்கொண்டு காதலியிடம் சென்றான். காதலன் கன்னத்திலே புலியின் பற்களால் ஏற்பட்ட

ரத்தத்தையெல்லாம் அவள் தன் முத்தத்தால் துடைத்தாள். அப்போது காதலியின் தகப்பன் அங்கு ஓடி வந்தான், வயது சென்ற கிழவன். ஆனால் வாட்டமற்ற மேனி. அவன் கையிலே வில்லும் அம்புப் பெட்டியும் இருந்தது. அந்த அம்புப் பெட்டி மீன் வடிவத்திலே செய்யப்பட்டிருந்தது.

வீரன் கையிலே வில்லையும், மீன் வடிவ அம்புப் பேழையையும் தந்தான். வீரனும் புன்னகை நீட்டி பெற்றுக்கொண்டான்.

கிழவன்: திராவிட வீரனே! திண்தோளனே! ஆகாகா! உன்னைப் பார்க்க உலகப்பனாகிய நான் செய்த பேறு பெரும் பேறு ! ஒரு கையிலே வில்! ஒரு கையிலே புலி! தோளிலே மீன் வடிவ அம்புப் பேழை ! புலி - வில்- கயல் கொண்ட வீரனே.... இதோ என் மகள் தமிழ் என்னும் பொன்னார் மேனியளை உனக்களிக்கிறேன்- வாழ்க நீவிர் வளமெலாம் பெற்று!

உடனே மான்-மயில் நடனம் ஆரம்பமாகிறது. மழலைக் குழந்தைகள் குதிக்கின்றனர், உற்சாக மிகுதி யால். குயில் கூவுகிறது. மலர்கள் அவர்கள் கழுத்தில் மாலைகளாக மாறிவிடுகின்றன.

வாழ்க வாழ்கவே
வலிவுமிக்க வீரர் வாழ்கவே !

வளமை கொண்ட தமிழை வாழ்வில் துணையாக் கொண்ட
வீரர் வாழ்கவே !"

[காட்சி முடிகிறது]

காட்சி - 2

அழகான மாளிகை. அங்கே மூன்று அரசிருக்கைகள். வானத்தையே கூரையாக்கிவிட்டனரோ என வியக்கும் வண்ணம் வைரங்கள் பதித்த அந்த அத்தாணி மண்டபத்திலே அமைச்சரும், ஆட்சி அலுவலரும் அமர்ந்திருக்கிறார்கள். பாண்டிய மன்னன் பாடிக் கொண்டே மேடைக்கு வருகிறான். இல்லை இல்லை கொலுமண்டபத்திற்கு வருகிறான்.

(பாட்டு)

"தோண்டினால் தங்க முண்டு- பகைவர்
தீண்டினால் சீறும் சிங்கக் குணமுண்டு - அவர்கள்
வேண்டினால் கருணையுண்டு - அந்தப்
பாண்டிய நாட்டின் பெரும்
மன்னவன் வந்தேனே.....
வந்தேனே.... வந்தேன
தாண்டிட அஞ்சுவர் ! - எதிரிப்
பூண்டுகள் அழித்திடுவோம்
எங்கள் எல்லைக் கோட்டை தாண்டிட அஞ்சுவரே !
சங்கம் வளர்த்தோம் - மதுரைச்
சங்கம் வளர்த்தோம்
பங்கமிலாத பல காவியம் கொடுத்தோம்

வங்கம் கலிங்கம் வணங்கிட
மீன் கொடி பொறித்தோம்
வளையாபதி, குண்டலகேசி நிலையா
மெனும் சிலப்பதிகாரம் சீவக
சிந்தாமணியுடனே - நாவலர் புகழ்
மணிமேகலை தந்தோம் தமிழ் வளர்த்தோம்
தக தரிகிட தக தமிழ் வழர்த்தோம்.
பாண்டிய பெருமன்னன் வந்தேனே
பாண்டிய பெருமன்னன் வந்தேனே

பாண்டியன் அமருகிறான். அதைத் தொடர்ந்து சொக்குப் பச்சை பட்டுடை பூண்டு சோழமன்னன் பாடிக் கொண்டு வருகிறான்.

(பாட்டு)

"நஞ்சை குலுங்கும் தஞ்சையுடனே
வஞ்சிகள் கொஞ்சும் - பகைவர் அஞ்சும் -
யாரையும் மிஞ்சும்
பஞ்சமில்லா பாங்குறு நாட்டின்
வெஞ்சமர் வரினும் வீரமோடெதிர்த்திடும்
சூரர்கள் நாங்களே !
சோழர்கள் நாங்களே ! ஏழடுக்கு மாளிகை
மேழிச் செல்வ மேதைகள்
ஆழி சூழ்ந்த நாட்டினன்
சோழ மன்னன் நானுந்தான்
சோபிதமாய் வந்தேனே.........
வந்தேனே ...... வந்தேனே

சோழன் இருக்கையில் அமர, வாளை வீசியபடி வருகிறான் சேரன்.

(பாட்டு)

"வீரம் மலிந்த நாடு
தீரம் செறிந்த நாடு
பாரில் சிறந்த நாடு
போரில் புலிகள் நாடு சேரர்
வாழ்ந்திடும் நாடு சிங்காரப் பொன்னாடு
திராவிடத்தின் செல்வனாவான்
திகழ்சேர செங்குட்டுவன்
புகழ்சேரப் போர் முனையில் கனக விசயர்களின்
கழுத்தொடியக் கல்லேற்றி
கங்கையிலே நீராட்டி
கால் கடுக்க நடக்க வைத்து
வேல் விடுத்து, வில் எடுத்து - கலை நூல் பல படித்து -
கண்ணகிக்கு சிலை வடித்து -வடவர்களின்
திமிர் ஒடித்த, வல்லமையாளர் நாமே -
வந்தேனே ......வந்தேனே
வெற்றித் தமிழ் வேந்தன் வந்தேனே.

(மூவரும் சேர்ந்து பாடுகிறார்கள்)

" சேர-சோழ-பாண்டியர் நாம்
வாழ வைக்கும் திரு இடத்தை
கோழைக் கொள்கை குவியாவண்ணம்
ஏழை மக்கள் ஏங்கா வண்ணம்

வானில் பறந்திடும் நம் கொடிகள்
தாழப் பறந்திடும் நிலைமை வரா வண்ணம்
தடுத்திடுவோம் ....
எகிப்து: யவனம் கிரேக்க நாட்டிற்கே
ஏற்றுமதி செய்திடுவோம்
மயில் மிளகு யானைத் தந்தம்
ஒயிலாகக் கொண்டு செல்லுங் கப்பல்
ஓட்டிடுவோம்-பகையை
வாட்டிடுவோம்—"
மூவரும் பாடி முடிந்ததும்,
அவையோர் அனை வரும்
ஆனந்த மேலீட்டால்
"அரசர் பெருந்தகைகாள்
நீவீர் வாழ்க வாழ்க"

என உரக்கக் கூவுகின்றனர். அப்போது அங்கே ஒரு ஆட்டையும் மாட்டையும் ஓட்டிக்கொண்டு ஒரு முனி வர் நுழைகிறார். முனிவரைக் கண்ட மூவேந்தரும்.

வணக்கம்

வணக்கம்

வணக்கம்

என மொழிந்து வரவேற்கிறார்கள்.

முனிவர்: நமஸ்காரமென்று நல்ல மொழி இருக்க ஏனப்பா வணங்கி வணங்கி வளைகிறீர்கள்?

சேரன்: வணக்கம், வண்டமிழ்ச் சொல்லன்றோ?

முனிவர்: *தீந்தமிழ்தான்! ஆனால் நமஸ்காரம் எத்திக்கும் புகழும் தித்திக்கும் தெய்வீகச் சொல்லன்றோ!*

பாண்டியன்: *தெய்வீகம்! (ஆச்சரியமாய்) அது என்ன புது வார்த்தை சோழரே !*

சோழன்: *யானுமறியேன் தோழரே!*

முனிவர்: *பாராளும் பைத்தியக்காரர்களே ! தேச பக்தி முற்றி தெய்வ பக்தியற்று தேய்ந்து விட்டீர்கள். இகலோகத்து இன்பத்திலே மிதக்கிறீர்கள், பர லோகமென்று ஒன்றிருப்பதை மறந்துவிட்டீர்கள்.*

சேரன்: *பரலோகமா ?.... அப்படியா ?... நமது வட நாட்டுப் படையெடுப்பிலேயுங்கூட அந்த லோகத்தைக் கண்டோமில்லை.*

முனிவர்: *படை வீரன் வேடத்திலே பார்க்க முடியாத லோகமப்பா அது ! பக்தர் உடையிலே காண வேண்டும் அந்த திவ்ய லோகத்தை! போர்க் கருவிகள் கூடாது, புனிதமான விபூதி அணிய வேண்டும். கச்சை கட்டக்கூடாது. களம் நுழைதல் ஆகாது. காவி - கமண்டலம் - காடு - பின்னர் கடவுளின் லோகம் காணலாம்! "வீரனே வாளை எடு!' இது விண்ணுலகப் பாதைக்கு மந்திர மாகாதப்பா -" விபூதி யணிவீர் வீரர்காள் " இந்த உத்திரவு வேண்டும். உடனே வரும் பரலோகத் தின் அழைப்பு. பாதையா கேட்கிறாய் : பரலோகத் திற்கு - பார்; பரலோகத்தின் பாதைகளை!-*

(பாட்டு)

பரலோக மென்றொரு ஸ்தலமிருக்குது
இகலோக வாசிக்கு இன்பமளிக்குது

பாம்பை யணிந்த பரமசிவனும்
பக்கத்தில் பார்வதியுட னிருப்பார் - அங்கே
யாரிருந்தாலும் அம்மையை அணைத்தபடிஇருப்பார்
பன்னிருகையான் முருகனுக்கு பத்தினி இரண்டு கன்னியற்
சூழ்ந்த லோகமடா அது-கற்கண்டு! பன்னீர் தெளிக்கும்
பாவையர் ஒரு கோடியடா! தண்ணீர் எல்லாம் சோமா சுரா
பானமடா! இந்திரன் என்றொரு தேவனுண்டு
அவனிடமுள்ள பெண்கள் பூச் செண்டு! ஊர்வசி, ரம்பை,
திலோத்தமா யார்பசியும் ஆற்றும் மேனகா
சர்க்கரைப் பந்தல்-தேன் மழை போல சக்கரதாரி லக்ஷ்மி
சரஸ்வதி பிரமனும் மேலே. லோகத்தில் உள்ளார்....
அவர்களைக் காண ஆயிரங் கோயில்கள் கட்டவும் வேண்டும்
கும்பாபிஷேகம் செய்யவும் வேண்டும் ஆரியதர்மம்
அனுஷ்டிக்க வேண்டும்..........
அருந்தவங்கள் பலவும் இயற்றவும் வேண்டும் தவங்கள்
பலவும் இயற்றவும் வேண்டும்........"

பாட்டு முடிகிறது. முனிவர் பேசுகிறார்.

முனிவர்: மன்னர்களே ! அமைச்சர் பெருமக்களே !
இந்தக் கமண்டல தீர்த்தம் சாப்பிடுங்கள் !

சோழன்: தீர்த்தமா? ....

முனிவர்: ஆமாம்....ஆரிய தீர்த்தமென்பார்கள் இதை !
அருந்துங்கள் சிறிது ! ....

எல்லோரும் தீர்த்தம் சாப்பிடுகிறார்கள்.
சிறிது நேரத்திற்கெல்லாம் எல்லோரும் மயங்கி
விழுகிறார்கள்.

(திரையில் பாட்டு)

"தாழ்ந்ததடா தமிழன் தலை....

வீழ்ந்ததடா தமிழன் மானம்.

அந்தோ புகுந்ததடா ஆரிய வாடை

கட்டி விட்டார் தமிழ் வீரத்திற்கு பாடை !

தாழ்ந்ததடா தமிழன் தலை !"

(காட்சி முடிகிறது)

காட்சி - 3

முனிவர் சிம்மாசனத்தில் உட்கார்ந்திருக்கிறார். மூவேந்தர் பாத பூசை செய்கிறார்கள். அப்போது வாளேந்திய வனிதாமணிகள் வீர நடனம் ஆடிக் கொண்டிருக்கிறார்கள். அந்த நடனத்தை முனிவர் ஆவேசமாகப் பார்க்கிறார். மங்கையரின் கையிலே உள்ள வாட்கள் எல்லாம் சட சடவெனக் கீழே சரிகின்றன. வாட்கள் இருந்த கரங்களிலே ஜபமாலைகள் தொங்குகின்றன.

"ஆண்டவனே சரணம்" என்ற பாட்டு ஆரம்பமாகிறது. பக்திரசம் ததும்பும் நடனம், முனிவர் கல கல வெனச் சிரிக்கிறார்.

(காட்சி முடிகிறது)

காட்சி - 4

முதல் காட்சியில் வந்த திராவிட வீரனும் அவன் தமிழ்க் காதலியும் சோர்ந்துபோய் நிற்கிறார்கள். அவர்களருகே

அவர்களின் மக்கள் மூவர் நிற்கிறார்கள் வாட்டமுற்ற நிலையில்.

(பாடுகிறார்கள்)

"தில்லையிலே நடராசனுக்கு தங்கவீடு
இல்லையே நாம் தங்க ஒரு குடிசை வீடு
ஆறுகால பூசையாமே ஆண்டவனுக்கு
சோறுகண்டு பல நாளாச்சு சோர்ந்து போனோமே"

இப்போது அங்கே ஒரு பருத்த மனிதன் வருகிறான். அவனிடம் திராவிட வீரன் கேட்கிறான்

"அய்யா! ஐந்து நாட்களாய் பட்டினி! பசியால் துடிக்கும் பச்சிளங் குழந்தைகள் அன்னை முகம் பார்க்க - அவள் என் முகம் பார்க்க -நான் ஆண்டவன் முகம் பார்க்க-ஆண்டவன் எங்கள் முகம் பார்க்கவில்லை; அய்யா!"

பருத்த மனிதன் : ஆண்டவனின் தூதன்தான் நான் ! பர்மா, மலேயா, இலங்கை, தென்னாப்பிரிக்கா ஆகிய இடங்களில் நீங்கள் பிழைப்பு தேட ஆண்டவன் ஆணையிட்டுள்ளான். உடனே என்னுடன் புறப்படுங்கள்.

பெண் : பிறந்த நாட்டில் பிழைக்கக் கூடாதா?

பருத்த மனிதன்: கூடாது! அதற்கு வேறு நாட்டார் இருக்கிறார்கள். அவர்கள் வருவார்கள். உம்: உடனே புறப்படுங்கள். கடவுள் உத்திரவு !

பெண் : அய்யா கடவுளுக்கு நீங்க என்ன வேணுங்க?

பருத்த மனிதன் : நான்தான் கங்காணி. கடவுளின் சொந்தக்காரன். பசித்த மக்களே ! பாட்டாளிப் புழுக்களே !! உங்கள் பட்டினி ஊர்வலம் பர்மா, மலேயா, சிலோன் நோக்கி புறப்படட்டும்.

கங்காணியைத் தொடர்ந்து திராவிட வீரனின் குடும்பம் புறப்படுகிறது. எதிரே ஒரு பூனைக்குட்டி, குறுக்கே ஓடுகிறது. புலியை வென்ற அந்த வீரன், '"அய்யோ அபசகுனம்" என்கிறான். திரை விழுகிறது

காட்சி - 5

கடலில் கப்பல் போகிறது.
'தேயிலைத் தோட்டத்திலே ' என்ற பாட்டுடன் முடிகிறது.

(தெருக்கூத்தும் முடிகிறது.)

நாடும் நாடகமும்

(ஆசிரியர் பேசுகிறார்)

நாடகங்கள், நாட்டின், நானாவிதக் காட்சி களையும், நிகழ்ச்சிகளையும் காட்டிடும் நிலைக் கண்ணாடி என்றி கூறுவேன் நான்!

இந்த நிலைக்கண்ணாடி காட்சிகளைப் பிரதிபலித்துக் காட்டுவது மட்டுமல்ல. காட்சியில் காணப்படும் உருவங்கள், பேசும்,பாடும், நடமாடும் நிலையும் பெற்றவை.
இந்த நிலைக் கண்ணாடியில் எல்லோரும் நேரில் நாட்டிலே சென்று காணமுடியாத காட்சிகளையும், நிகழ்ச்சிகளையும் கண்டுகளிக்க முடியும், கருத்துக்களை யும் பெற முடியும், நாடக பாத்திரங்கள் மூலம்.

நாட்டு நிலைமையை நன்கு விளக்கி, அறியாமையை அகற்ற உதவும் அறிவு நாடகங்கள் அதிகம் தேவை, இந்த நாட்டிற்கு, இத்தமிழ் நாட்டிற்கு.

முத்தமிழையும் ஒருங்கே முழக்கிடும் கலை, காட்டிடும் நிலைக்கண்ணாடி, நாடகங்கள்.

நாடகக் கலை அறிவுப் போதகனாக, ஆராய்ந்திடும் அறிவையும், ஆற்றலை ஊட்டிடும் தோழனாக மக்களிடையே

மனமாறுதல், வாழ்வு பற்றிய தெளிந்த கருத்தும், ஆண்டவன், முதலாளி - தொழிலாளி, முத லிய எல்லாத்துறைகளிலும் முற்போக்கு எண்ணங் கொண்டிடச் செய்யும் எண்ணப் புரட்சி ஏற்படுத்தும் வகையில் பயன்படுத்தப்பட வேண்டும்.

நல்லறிவுப் பிரச்சாரத்திற்கு நாடகங்களைப் பயன்படுத்துங்கள், பயன்படுத்துங்கள் என்று நாட்டின் நல் வாழ்விலே நாட்டங்கொண்டுள்ள நல்லவரை யெல்லாம் வேண்டுகிறேன். பிரச்சாரத்திற்காகவா, நாடகக் கலையை பயன் படுத்துவது? கூடாது, ஆகாது; தகாது எனக் கூவிக் கொக்கரித்திடும் கும்பல் இருக்கத்தான் இருக்கிறது. பிரச்சாரத்திற்குக் கலையைப் பயன்படுத்துவது, தவறா? தகாத செயலா? அதுவும் நல்லறிவுப் பிரச்சாரத் திற்கு? என்று கேட்கிறேன்.

தவறே அல்ல, கலையைப் பிரச்சாரக் கருவியாக்கு வது தவறே அல்ல !

அதிகம் கூறுவானேன்; கலையே ஒரு பிரச்சாரக் கருவிதானே? எந்தக் கலையானால் என்ன ? எல்லாக் கலைகளுமே, பிரச்சாரக் கருவிகளாகத்தானே இருக்கின்றன? எல்லாக் கலைகளுமே, ஏதாவது ஒரு கருத் தையோ, ஒரு குறிப்பிட்ட காட்சியையோ ஒரு குறிப்பிட்ட நிகழ்ச்சியையோ, ஏன், ஒரு குறிப்பிட்ட மதம், ஆண்டவன், அரசன் இப்படி ஏதாவது ஒன்றைப்பற்றிய எண்ணத்தை உண்டாக்கத்தானே செய்கின்றன?

காவியமானாலும், ஓவியமானாலும், சிற்பக்கலையானாலும், எந்தக் கலையும் பிரசாரத்தை உள்ளடக்கியே தான் இருக்கின்றன.

காவியம் என்பது எழுத்துக் கலையின் ஒரு கூறு, பிரிவு.

எந்தக் காவியத்தை எடுத்தாலும்; எந்த ஒரு குறிப் பிட்ட நாடு, நகரம் நாட்டு நாகரிகம் பற்றிக் கூறாமலிருக் கின்றதா? எடுத்துக் காட்ட முடியுமா? ஏதாவது ஒரு குறிப்பிட்ட காவியத்தை ? இதுபோல இல்லாத காவி யத்தை !

காவியத் தலைவன் அவனது நற்பண்பு, காவியத் தலைவி, அவனது குண விசேடங்கள், துர்க் குணம் நிறைந்த துன்மார்க்கனின் தலையீடு இத்தகைய பலவற் றைப் பரப்பத்தான் பரப்புகின்றன, எந்தக் காவியமும்.

நல்லதைக் கொள், தீயதை அகற்று என்று கூறிடும் காவியமும், பிரச்சாரந்தானே?

ஒரு ஓவியத்தைக் காண்கிறோம், இயேசுவின் படம் அது. இயேசுவின் படத்தைக் கண்டதும், அப்படத்தைத் தீட்டிய ஓவியனின் திறமையான வர்ண வேலைகளைப் பற்றிய நினைப்புமட்டுமா வருகிறது முதலில் இயேசு - கிறித்துவ மதத்தை உண்டாக்கியவர் என்ற எண்ணம் தோன்றவில்லையா, படத்தைப் பார்த்த வுடனே !

தில்லை நடராஜனின், வெறும் நடனத்தின் மேன்மை யையும், ஓவியனின் திறமையையும், சிற்பியின் சிற்றுளி யின் மேன்மையான வேலைப்பாட்டையுமே தானா எண்ணிடச் செய்கின்றன ? அல்லவே !

சைவசமயத்தாரின் கடவுளில் ஒருவர், சிவன் என்ற எண்ணமும், சைவம் பற்றி நினைப்பையும், அது பற்றிய கருத்துக்களையும் தோன்றிடத்தானே செய்கிறது. நடரா ஜரின் திருஉருவம் நமது கண்ணெதிரே தோன்றியதும்,

கிருஷ்ணன் கோபிகைகளின் சேலைகளைத் திருடி, மரத்தின் மேலே அமர்ந்திருக்க, கீழே, குளத்தில், சேலையற்ற நிர்வாண நங்கையர், கண்ணனை கரங்கூப்பி சேலை வேண்டிடும் காட்சியை ஓவியமாகக் காண்கிறோம்.

இக்காட்சியை கண்டதும் என்ன எண்ணுகிறோம், எண்ண முடிகிறது!

கிருஷ்ண லீலா கதையும், பரந்தாமனின் அவதார மாகிய கண்ணனின் பால லீலையிலே இதுவும் ஒருகாட்சி என்பது தானே, நம்முடைய நினைவிற்கு வருகிறது; வரும், முதலில். பிறகுதான், வேல் விழி மாதரின் விரிந்த கூந்தலும், தடாகத்தின் நீர்ப் பரப்பை ஓவியன் தீட்டிக்காட்டிய வனப்பும் வர்ணஜாலங்களால் கண்ணனைக் கார்மேக வண்ணனாகத் தீட்டியுள்ள திறமையும், மரக்கிளையிலே தொங்கும்,

விதவிதமான சேலைகளின் வனப்பும், வகை யும் நமக்குத் தோன்றும்! தோன்றிடவும் முடியும்.

இரணிய விலாசம் ' என்ற நாடகத்தைப் பற்றிக் கேட்டதும் இரணியனைப் பற்றிய புராணமும், பிரக லாதன், நரசிம்மாவதாரம் போன்ற காட்சிகள் தன்னாலே நினைவிற்கு வருகின்றனவே!

இரணியன் நாடகத்தைக் கண்டதும், வெறும் கலை யுணர்வை மட்டுமா, மக்களிடையே தோன்றுகிறது! மகாவிஷ்ணுவின் பத்து அவதாரங்களிலே, ஒன்று நரசிம்மவதாரம் என்றும் அதுபற்றி இந்துமத புராண பரப்புகிறதே! அதே நேரத்தில், இந்து மதத்தினிடம், ஒருபயத்தோடு கூடிய பக்தியையும் ஏற்படுத்து மல்லவா? அந்த நாடகம்.

இது போலத்தானே, இராமாயணம், இராமாவதாரம் பற்றியும், இராமன் கடவுள் என்ற புராணத்தையையும் மக்களிடையே பரப்புகிறது, நாடகமாக நடிக்கப்படும் பொழுது இங்கே கலை, நாடகக்கலை, மதப் பிரசாரத்திற்குப் பயன்படவில்லையா?

அறிவு, ஆராய்ச்சி என்றதும் அலறியடித்துக் கொண்டு ஆர்ப்பாட்டம் செய்யும் பழமை விரும்பிகளை யும், அவர்களுக்கு, 'மத நடுநிலைமை' என்ற போர்வை யிலே தூதா தந்திடும் ஆளவந்தாரையும் கேட்கிறேன்.

இரணியன் நாடகம் புராணக கதைப்படி, ஆண்ட வன் மகிமை மட்டுமில்லாது எப்படி வேண்டுமானாலும் நடிக்கப்பட இடமுண்டு.

அதே நேரத்தில், அறிவையும், ஆராய்ச்சியையும் துணைகொண்டு, வரலாறு தரும் சான்றுகளைப் பயன் படுத்தி, 'இரணியன் அல்லது இணையற்ற வீரன் ' என்ற நாடகம் நடத்தக்கூடாது என்று தடையுத்தரவு!

இரண்டும், 'இரணியன்' பற்றிய நாடகங்களே! ஒன்று புராணம்! மற்றொன்று வரலாறு தழுவிய கற்பனை இரண்டும் கலையுருவில், நாடகமாக நாட்டினர் முன் நடிக்கப்படுகின்றன! ஒன்று தடை செய்யப்படுகிறது. ஆளவந்தாரால், மற்றது நடந்து கொண்டேயிருக்கிறது, தடையேது மின்றி!

புராண நாடகத்திற்கு ஆதரவு, பகுத்தறிவு நாடகத் திற்குத்தடை.

வேடிக்கையான நிகழ்ச்சிதான், ஆனால் விபரீதமும் கலந்துள்ளதே இதிலே.

கலையை, பிரச்சாரத்திற்குப் பயன் படுத்தக்கூடாது, என்ற கூக்குரலைக் கிளப்பிக்கொண்டு ஆளவந்தாரின் துணைகொண்டு அறிவு நாடகங்களைத் தடைசெய்யும் பணியில் ஒருசாரார் ஈடுபடுகின்றனர்.

கலையே பிரச்சாரத்தின் ஒருகருவியாகவிளங்குவதை அவர்கள் உணரவேண்டும். உணரவேண்டும் என்பதை மீண்டும் அவர்களுக்கு எடுத்துக் கூறுகிறேன்.
கலை ஒரு நல்ல பிரச்சார சாதனம் கருத்துக்களைப் பரப்பிட என்று குறிப்பிட்டேன்.

கலை, அதிலும் நாடகக் கலை, மிகவும் நல்ல சாத னம், நல்லறிவுக் கருத்துக்களைப் பரப்பிட என்பதை நன்றாக நினைவில் வைத்துக்கொள்ள வேண்டும்.
நாடகக்கலை நாட்டு மக்களை நல்லவர்களாவும் ஆக் கும், அதே நேரத்தில் தீய பாதைக்கும் அது அழைத்துச் செல்லும். நன்மையும் தீமையும் எதையும் நாம் பயன்படுத் தும் வகையில் இருக்கிறது.

ஆகாய விமானத்திலேறி அணுகுண்டு போட்டு அகில உலகத்தையும் அழிக்க முடியும். அதே ஆகாய விமானம், ஆயிரக்கணக்கான மைல்களுக்கப்பாலுள்ள நாடுகளுக்கு, நல்ல முறையில், நீண்டநாள் பிரயாண மின்றிச் சீக்கிரமாக, ஆட்களையும், அவசரத் தபால்களை யும் கொண்டுசெல்ல முடியும்.

அணுகுண்டை அழிக்கும் சக்தியாகவும் பயன் படுத்தலாம், ஆக்க வேலைகட்கும் பயன்படுத்தலாம்.

மோட்டார், வாகனமாகப் பயன்படுகிறது! அதே நேரத்தில் மோட்டார் மோதி ஒரு சில சமயம் மக்கள் மாள்வதைக்

கண்டு, மோட்டாரே கூடாது என்று கூறிட யார்தான் முன்வருவர்.

நல்லதும், கெட்டதும், ஆக்கலும், அழித்தலும் எதிலும் இருக்கத்தான் இருக்கிறது!

மின்சாரத்தைத் தொட்டால், தீர்ந்தது, மனிதனும் சரி மிருகமும் சரி மாண்டுவிட வேண்டியதே, உடனே, அதற்காக, மின்சாரத்தை மனித வாழ்வில் பயன் படுத்திட தவறுகின்றோமா? இல்லையே ?

சலவைக்கல் இருக்கிறது! அதிலிருந்து உலக உத்தமர் காந்தியார் உருவமும் செய்யலாம்; காந்தி யாரைச் சுட்டுக் கொன்ற கொலைபாதகக் கோட்சேயின் உருவத்தையும் செதுக்கலாம்.

காந்தியார் சிலை செதுக்கப்பட்ட சலவைக்கல் நல்லது; கோட்சே உருவமுள்ளது கெட்டது என்று சலவைக்கல்லையா பழிப்பது?

சலவைக் கல்லைப் பயன்படுத்தும் சிற்பியின் சிந் தனையைப் பொறுத்துத்தானே சிலை அமையும். இதுபோலவேதான் வாழ்வின் ஒவ்வொரு சாதனமும் கவனிக்கப்பட வேண்டும். விஞ்ஞானம் மனிதருக்கு நன்மையை உண்டாக்கித் தருகிறது. ரயில், மோட்டார், ரேடியோ, டெலிவிஷன், ஆகாயவிமானம். தந்தி, டெலிபோன் எத்தனையோ கருவிகள் தந்திருக்கிறது

விஞ்ஞான அறிவு இன்றைய மனித வாழ்வில் முதன்மையான சாதனமாக இருக்கிறது.

விஞ்ஞான அறிவு பெற்று, விஞ்ஞானக் கருவி களையும், கருத்துக்களையும், காலவேகத்தோடு ஒட்டி, உபயோகித்துப் பலன்காணும் சமூகமே, சமுதாயமே, சுருங்கக் கூறின் நாடே, நல்வாழ்வு பெற்று வாழ முடி யும் என்பது உண்மை உலகம் பூராவும் அறிந்த உண்மை ஒப்பிய உண்மையுமாகும்.
விஞ்ஞானம், பொது அறிவு தந்துள்ள, மேலும் தரும் கருத்துக்களையும், கருவிகளையும் நமது நாட்டினர், தமிழ் நாட்டினர், திரு நாட்டினர் பயன்படுத்தவேண்டும், பயன்படுத்திடும் துணிவு பெறவேண்டும்; துணிவு பெற்றிடத் தயார் செய்யவேண்டும், மக்களை.

துணிவு, ஆராய்ந்திடும் அறிவு இல்லாதவர்கள் என்று தமிழர்களை நான் கூறுவதாக எண்ணிட வேண் டாம், கூறவும் மாட்டேன்.

தமிழர்கள், பழக்க வழக்கம், ஆண்டவன் படைப்பு மதம், சாஸ்திரம், புராணம், வேதன் விதி நாதன் கட்டளை பாவம், புண்ணியம், மேலுலக வாழ்வு, குலத்துக்கொரு நீதி என்ற பல்வேறு தேவைப்படாத, தேவைப் படா ததுமட்டுமல்ல தீங்கு யிழைத்திடும் கொள்கைகளையே மேலும் மேலும் விடாப்பிடியாகக் கொண்டு நம்பி, வாழ்கின்றனர்.
புதுப்புது எண்ணங்களும், மாறுதல்களும், மனித வாழ்வில் செய்திடும் மகத்தான சேவைகளை அறியாதவர் மட்டுமல்ல,

அறிந்துகொள்ளத் தேவையே இல்லை என்றுங்கூட இருக்கக் காண்கிறோம்.

நாட்டிலே எத்தனை யெத்தனையோ விஞ்ஞானக் கருவிகள் நடமாடுகின்றன. ஏதோ, நிர்ப்பந்த நிலைமை யின் காரணமாகவும், மிக அவசியத்தையும், அவசரத்தையும் முன்னிட்டு அவைகளால் கிடைக்கும் சௌகர்யத்தைப் பெறுகின்றனர்; பெறும் நிலையிலே அவர்களது நிலைமை அமைந்து விடும்போது.

விஞ்ஞானம் - பொது அறிவு உலக வரலாற்றிலே விளைத்திட்ட புதுமைகளையும், நல்வாழ்வுச் சாதனங் களையும், விஞ்ஞானத்தால் மாண்டு மடிந்துபோன பழமைக் கருத்துக்களையும், தோன்றியுள்ள புது யுகத்தையும் புது வாழ்வையும் பற்றிய அக்கரை, அவ்ற்றை அறிந்து தெரிந்துகொள்ள வேண்டுமென்ற ஆவலுங் கூட மக்களிடையே காணப்படவில்லை, பொதுவாக.

'வாழ்வாவது மாயம், இது மண்ணாவது திண்ணம் என்று வேதாந்தம் பேசி, வாழ்கின்ற வரையில் படும் கஷ்டங்களுக்குக் காரணமான போன ஜன்மத்துப் பாவங்களுக்குப் பரிகாரமாக, புண்ணியந்தேடி, பக்தி யோடு வாழ்ந்து, வருகிற ஜன்மத்திலாவது, சுகம்பெற வழியும், இன்றேல், பிறப்பற்ற பெருவாழ்வு பெறும் சுவர்க்கம் எனப்படும் மேலுலக வாழ்வுக்கு வழிதேடும் வேலையிலுமே வாழ்நாளைக் கழிக்கின்றனர், பெரும்பான் மையினர்.

பிறவாவரந் தேடும் பெரும் பணியில் ஈடுபட்டு, திருப்புகழும், தேவாரமும், இதிகாசமும் புராணமும், படித்தும், கேட்டும் பகவான் அருள்பெறும் நோக்கத்திற்கே வாழ்வின் பெரும்பகுதியைச் செலவிடுகின்றனர்.

உலகம் முன்னேறும் நேரத்திலே, விஞ்ஞானத்தின் தோழமையையும் துணையையும் கொண்டு பிற நாட்டார் வாழும் வழியும் வகையும் புதிது புதிதாகக் கண்டுபிடித் திடும் காலத்திலே, நம்மவர், இராமாயணத்திலே, ஒரு பகுதியான லங்காதகனத்தையும், இராவணனின் பத்துத் தலைகளையும் ஒரே அம்பினால் கொய்த இராமனின் தீரத் தையும், நாடகமாகப் பார்த்துக் கொண்டிருக்கிறார்கள். அந்நிய நாட்டினர், ஆகாய விமானத்திலேறி மேக மண்டலத்திற்குச் சென்று, மேகங்களைக் குளிரவைத்து மழை பெய்விக்கும் முயற்சியிலீடுபட்டிருக்கும் நேரத் திலே இங்கு நடைபெறும் நாடகங்களிலே, அல்லிக்கு அர்ச்சுனன் திருட்டுத்தனமாகத் தாலி கட்டிய கதையை யும், கோபால கிருஷ்ணன் கோவர்த்தன கிரியைச் சுட்டு விரலால் தூக்கி நிறுத்திப் பிடித்ததையுமே கண்டு களித் திடுவது எத்தகைய கருத்துக்களைப் போதிக்கும் என்று சிந்தித்துப் பார்க்க வேண்டும்.

அரிபரந்தாமனின் லீலைகளும், ஆலவாயப்பன் திரு விளையாடல்களும், ஐயப்பன் மேன்மைகளும், திரு மலிசை ஆழ்வார் புராணமுமே, இன்றும் நாடகங்களாக நடத்தப்பட வேண்டுமா? அவசியந்தானா?

சதி - அனுசுயா, சத்தியவான் சாவித்திரி, சதி - அகல்யா போன்ற நாடகங்களை நடத்திக் காட்டி கன்னி யரின் கற்புக்கு அனுசுயாவையும், சாவித்திரியையும், அகல்யையுமே முன்மாதிரியாகக் கொண்டு வாழ வேண்டும் என்ற எண்ணமா?

ஏன் காலத்திற்கேற்ற கருத்துக்கள் நிறைந்த நாட கங்களை நடத்தக் கூடாது ?

தரணியாண்ட தமிழனின் சரித்திரத்தை, தமிழன் பெருமையை நாடகமாக்கினால் தமிழர்கள் தன்னுணர்ச்சி பெற்று, தன்னம்பிக்கை பெற வழியாவது பிறக்காதா?
வேல்விழி மாதரின் கண் வீச்சிலும், ஆடல் அழ கிலும், உடற்கட்டிலும் மயங்கி மண்டிலங்களைப் பறி கொடுத்துப் பராரியான மன்னர் மன்னர்களைக் காட்டுங்கள், நாடகங்களிலே !

ஏழைபடும் அவதியை, அவனது முன்னேற்றத்திற் கான முட்டுக்கட்டைகளை எடுத்துக் காட்டுங்கள்.

கள்ளன், காமுகன், துரோகி, துஷ்டன், துன்மார்க் கன் எப்படி எப்படி நடக்கிறார்கள்: ஏன் இத்தகை யோர் சமூகத்திலும் சமுதாயத்திலும் உண்டாகிடக் காரணமென்ன?
எந்தக் காரணங்களால், எந்தெந்தச் சந்தர்ப்பங்களி லும் இத்தகைய வேண்டாத ' வேதனைச் சித்திரங்கள்' சமுதாயத்திலே தோன்றுகின்றன என்பதையும் விளக்குங்கள்.

சூதுமதியினர், சுரண்டல்காரர்கள். ஏய்த்துப் பிழைப்போர், ஆண்டவனைக் காட்டிக் காசு பறிப்போர், அடுத்துக் கெடுக்கும் குணங்கொண்டோர், அசடன், கபடன் எல்லோரையும் கொண்டுவாருங்கள் நாடக மேடையில்! போக்கிரி, பொல்லாதவன், இல்லாதவன், இல்லா மையால் திருடும் நிலைக்குத்தள்ளப்பட்டும், திக்கற்றவன் வாழும் திக்கற்ற நிலை எதையும் தவிர்க்க வேண்டாம், தயங்காது விளக்கிட வேண்டும்.

மக்கள் இனத்தில் வாழும் நல்லவர்கள், தீயவர்கள், எல்லோரையும் கொண்டுவந்து நிறுத்தி நாடகங்களிலே பாத்திரங்களாக்கி நடித்துக் காட்டி நாட்டு நிலையைக் காட்டிட வேண்டும். கொடுமை செய்யும் முதலாளி, கொடுமைக்கு ஆளாக்கப்படும் தொழிலாளி, கொடுமையைக் கொடுத்து வைத்தது இவ்வளவுதான் என்று சகித்துக் கொள்ளும் நிலை, ஏழை கொடுமை தாங்காது குமுறி எழுந்தால் விளையும் கோரக் காட்சிகள், முடிவுகள், அத்தனையும் அடங்கிய நாடகங்களை நடிக்கவேண்டும், நாடகத் தோழர்கள்.

பழமைக்கும் புதுமைக்குமுள்ள வேறுபாட்டைப் பாத்திரங்கள் வாயிலாக விளக்கிக்காட்டுங்கள். கண்மூடிப் பழக்கமெல்லாம் மண்மூடிப்போக வேண்டும் என்று கூறிய இராமலிங்கரை துணைக்கு அழைத்துக் கதாபாத்திரமாக்கிப் பழமையைச்சாடுங்கள்.

இதற்கெதிராக சாஸ்திரம், சம்பிரதாயம், சன்மார்க் கம், மதம், மாபாவிப் பட்டம், ஆளவந்தாரின் கூரம்பு கள் எதுவரினும், அவற்றைத் தாங்கும் இதயம் பெற்ற இளைஞர்களெல்லாம் இந்தப்பணியில் ஈடுபட வேண்டும்.

பழமையில் ஊறிப்போன மக்களிடையே, புதுமை கருத்துக்களைக் கூறினதும் ஏற்றுக்கொள்ள மறுக்கத் தான் மறுப்பார்கள்.

மறுப்பது மட்டுமல்ல, புதுமைக்கருத்துக்கள் என்றாலே காதைப் பொத்திக்கொண்டு, கேளாக்காதர் களாக ஆகிவிடுவோரும் உண்டு.

கடும் நோய், நோய் தீர கசப்பான மருந்தை உட் கொள்ள, பொதுவாக எவருக்குமே கஷ்டந்தான்.

கஷ்டம், விருப்பு, வெறுப்பு நோக்கி, மருந்துண்ணா விட்டால் நோய் தீர்ந்து விடுமா?

நோய் தீர, கசப்பான மருந்தை உட்கொள்ளத்தான் இனிப்புடன் கலந்து வேண்டுமானால் கசப்பை மறந்து சாப்பிடலாம்.

அதுபோலவே, காலத்திற்கேற்ற கருத்தை, கலையழகுடன் சேர்த்துத்தரவேண்டும்.

கலையழகுடன், கருத்தும் கலந்து காணும்போது, கருத்தும் பரவும், பரவ வழியும் பிறக்கும்.

காணக்கூடாது, கேட்கக்கூடாது என்று விரதம் பூண்டொழுகும் கண்மூடிப் பக்தர்களும், கேளாக்காதர் களுங்கூட கண்டுகளிப்பர், கேட்டு ரசிப்பர்.

சிலர் சினிமா வந்ததால் நாடகம் நசித்துவிட்டது என்று குறை கூறுகிறார்கள். அது தவறு.

நாடகம் வேறு, சினிமா வேறு அல்ல! இரண்டும் ஒன்றே! நாடகக் கலையின் இரு பகுதிகளே!

விஞ்ஞான வளர்ச்சியின் காரணமாக நாடகம் வளர்த்ததின் அறிகுறியே, நாடகம் பெற்றெடுத்த குழந்தையே, சினிமாக்கலை.

சினிமாக்கலை, ஏராளமான பணச்செலவில், ஏராள மான மக்கள் குறைந்த செலவில் கண்டுகளிக்கும்படி தயாரிக்கப்படுவது.

சினிமாவினால் நாடகக்கலையின் தரமும் பண்பும் ஓரளவுக்கு மேம்பட்டு, ஒழுங்குபட்டிருக்கிறது என்று தான் கூறலாமே தவிர, சினிமாவால் நாடகம் சீரழிந்தது என்பது தவறான கருத்தாகும்.

சினிமாவிலிருந்து இப்போது உலகம், விஞ்ஞானத் தின் துணைகொண்டு டெலிவிஷன்வரை சென்றிருப் பதைக் கேள்விப்படுகிறோமே!

கால வேகத்தின் அறிகுறி இதெல்லாம். விஞ்ஞான அறிவின் அவசியத்தை எடுத்து காட்டுகின்றன, இந்த நிகழ்சிகளெல்லாம் என்பதை மனதில் புதிய வைத்து விஞ்ஞான அறிவு பெறவும், விஞ்ஞான அறிவையூட்டும் நாடகங்களைக் காணவும் நாடகங்களை நடத்தவும் நாட் டையும், நாட்டு மக்களையும் தயார்செய்ய வேண்டும்;

ஓரளவு மறுமலர்ச்சி பெற்றுவரும், நாடகக் கலையைக்கண்டு, பழமைப் பித்தர்களும், பழமையினால் பலன் பெற்று பருத்துக் கொளுத்து வாழ்வோரும் பணக்காரரும், முதலாளிகளும், அவர்களின் பாதந்தாங்கிடும் ஆளவந்தார்களும், நல்லறிவு நாடகங்களில் காணும் காட்சிகளைக் கண்டு கலங்குகின்றனர்

ஏழை - எரிமலையாகி ஏன் என்று கேட்கும் நிலைமையும், பாட்டாளி, உழைத்தும் உருக்குலைந்து கிடப்பதும் கொடுமைக்கு ஆளாவது எல்லாம் முன் ஜன்ம வினையாலு மல்ல, ஆண்டவன் கட்டளையுமல்ல என உணர்ந்து தனது உழைப்பை உறிஞ்சி உல்லாச வாழ்வு வாழ்ந்தோரைத் தட்டிக்கேட்டு, தனது உழைப்பிற்கேற்ற ஊதியமும் உழைத்தால் ஏற்பட்ட பலனின் பங்கும் கேட்டிடும்

நிலைமையைக் காட்சியாக, நாடகங்களிலே கண்டு மயங்கி கலங்குகின்றனர்.

எண்ணப் புரட்சி ஏற்பட்டு வருவதைக் கண்டு பயம் ஏற்படுகிறது, அவர்களிடையே.

நல்லறிவு நாடகங்கட்குத் தடைவிதித்து தர்ணா நடத்துகின்றனர். தீராத தொல்லைகளைத் தந்து மிரட்டப் பார்க்கின்றனர்.

நாட்டு நிலைக் கண்ணாடிகளை, நாடகங்கள் மீது, தடையும், தர்பாருமென்ற கற்களை வீசியெறிந்து உடைத்தெறியத் துணிந்து விட்டனர்.

நிலைக் கண்ணாடிகளை உடைத்தெரியலாம். ஆனால் உடைந்த கண்ணாடியின் ஒவ்வொரு துண்டும் சிதறினாலும் வீணாகாது என்பதைத் தெரிவிக்க ஆசைப்படுகிறேன்.

உடைந்த கண்ணாடிகள் ஒவ்வொன்றும் சிதறிப் போனாலும் வழியிலே கிடந்தாலும், காலிலே தைக்கப் போகிறதே என்றாவது எடுக்கப்படும் பலரால்.

எடுக்கும்போது என்ன தோன்றும் என்ன காண்பர் அதிலே. "நமது நிலைமையைக் காட்டியதால் அல்லவா, இதனை ஆணவக்காரர்கள் உடைத்தார்கள், இத்துண்டே போதும், இதனையே நானும் காட்டுவேன் மக்களுக்கு என, பெரிய

கண்ணாடியின், சிதறிய ஒவ்வொரு துண்டும் சிறிய சிறிய கண்ணாடிகளாக, சிறு சிறு நாடகங்களாக, நாடகக் குழுக்களாக நிச்சயம் நாட்டிலே நடமாடும் என்பதை மறக்கவேண்டாம் என்று எச்சரிக்கிறேன்.

கல்லெறியும் வேகத்திலே, சிதறும் கண்ணாடித் துண்டு, எறிவோரின் கண்ணிலே படலாம், முகத்திலே மோதலாம். எச்சரிக்கையோடு இருக்கவேண்டும் என்று மீண்டும் தெரிவிக்கிறேன்.

இன்று நாட்டிலே நாடகத்தைத் தொழிலாகக் கொண்டவர்கள் மட்டுமல்லாது, வேறு பல்வேறு துறை களிலும் ஈடுபட்டோரும், பொழுதுபோக்கும் எண்ணத் துடனும், கலையார்வத்துடனும், இன்னும் பலர், கருத்தைப் பரப்பும் நோக்கத்துடனும் நாடகக் கலையில் ஈடுபட்டு வருகின்றனர். நான் இவர்களுடைய ஆர்வத்தைப்பெரிதும் பாராட்டுகிறேன். ஆனால் அதே நேரத்தில் ஆர்வத்தை மட்டும் துணைக்கொண்டு, போதிய ஆற்றலை, நாடகத்துறைக்கேற்ற நல்ல கதை, வசனம், பாடல், பயிற்சி, வசதி, காட்சியமைப்பு எதையும் கவனியாது, ஏன் சிறிதுகூடப் பொருட்படுத்தாமலேயுங்கூட, நாடகங்கள் நடத்தி நாட்டு மக்களின் பொறுமையைச் சோதித்து விடுகின் றனர்.

ஆர்வங்காரணமாக, ஆற்றலை வளர்த்துக் கொள்ளாமல், அரைகுறையாக நடிக்கும் நாடகங்களைக் கண்டு வரும் மக்கள், நாளடையில் நல்ல நாடகங்களை வெறுக்கும்

அளவுக்கு, வேதனைச் சித்திரத்தைத் தீட்டி விடுவார் களோ என அச்சமுறும் அளவுக்கு சிலபல 'அமைச் சூரீஸ் நாடகங்கள்' நாட்டில் அடிக்கடி இப்போது நடைபெற்று வருகின்றன. அத்தகைய நண்பர்களுக்கு நான்விடும் வேண்டுகோள் இதுதான் :-

நண்பர்களே, உங்கள் கலையார்வத்தையும், கருத்தின்பால் கொண்டுள்ள நல்லெண்ணத்தையும் பாராட்டுகிறேன். அதே நேரத்தில் வெறும் ஆர்வத்தையும், நல் லெண்ணத்தை மட்டுமே துணையெனக் கொண்டிட வேண்டாம். ஆர்வத்துடன், காரியமாற்றும் ஆற்றலையும் நாடகம் நடிக்க நடத்த இருக்கும்' இருக்க வேண்டிய ஆற்றலையும் பொறுப்பையும் நன்குணர்ந்து, நல்லபயிற்சி யையும், வசதியையும் பெற்று நாட்டுக்கேற்றபடி நாடகக்கலையை நல்லமுறையில் வளர்க்க வேண்டு கிறேன். அறிஞர் அண்ணாவும் பிறரும் நாடகங்களிலே பங்கு கொண்டு நடிப்பதைக் கண்டு ஒரு சிலர் "கூத்தாடி என்றும் 'கூத்தாடிப் பிழைப்பு', என்றும் கேலி செய் கின்றனர்.

அதுபற்றி எந்தவிதமான அக்கரையோ, ஆயா சமோ, கிடையாது!

ஏன், அண்ணாதுரை நடிக்கிறார், நாடகத்தில்? கூத்தாடிப் பிழைக்கவா!

கூத்தாடுவதினால் எங்களுக்குக் கொட்டியா பணத்தைக் குவிக்கின்றனர், மக்கள். இல்லையே !

அறிஞர் அண்ணா நல்ல கருத்துக்களை, நாட்டுக்கும், நாட்டு மக்களுக்கும் தேவையான நல்வாழ்வுக் கருத்துக் களை நாடெங்கும் எழுத்து, பேச்சு மூலம் பரப்பி வந்தார். நாடகத் துறையில் நல்ல மறுமலர்ச்சி ஏற்படுத்த வேண்டும் என்று எண்ணி, நாட்டு மக்களுக்கு அதனால் கிடைக்கும் பலனையும் கருதி, நாடக நண்பர்கள், நல்ல சமூக நாடகங்களை நடத்த வேண்டுமென்றும் விளக்கிக் கூறினார், ஒரு சில ஆண்டுகட்கு முன்னர்.

அப்போது ஒரு சில நாடகத் தோழர்களைத் தவிர, மற்ற யாவரும் மறுமலர்ச்சி நாடகம் என்றாலே நடுங்கி ஒதுங்கிவிட்டனர்.

இந்த நேரத்தில், மறுமலர்ச்சி நாடகங்கள், மக்கள் முன்னேற்றக் கருத்துள்ள நாடகங்கள், நாடகக் கலைக் கும், கலைக்கு மட்டுமல்ல நாட்டுமக்களுக்கும் மகத்தான தொண்டு செய்யும், செய்ய முடியுமென்பதைத் தாமே, நாடகங்களிலே எல்லா வகையான பாத்திரங்களையும் ஏற்று, நடித்துக் காட்டினார். மேலும் இந்தப் பணியைத் தொடர்ந்து செய்தும் வருகிறார்.

அன்று தன்னந்தனியாய், தம்பிமாரின் துணை கொண்டு, அவர் ஆரம்பித்த நாடகப்பணி, நாட்டிலே நல்ல ஆதரவும், அதனால்

மக்களிடையே நல்லதொரு எதையெதை யெண்ணிக் களிப்புறுகிறது தெரியுமா?

வேடமணியப் பயன்படும் மூகப் பவுடரைக் கையி லெடுக்கும்போது அந்தப்பவுடரைப் பவுடராக நாங்கள் மதிப்பதில்லை.

பக்தியென்றும் முக்தியென்றும் பாமரரைப் பாழாக் கும் பழமையின்மீது படையெடுக்கும் பீரங்கிப்படை யெனக்கருதி முகத்திலே அணிகிறோம், முகப்பவுடரை!

ஆடை அணிகள், நாடகப் பாத்திரத்திற் கேற்ப அணியும்போது அவற்றை வெறும்ஆடைகளாக மட்டும் எண்ணி அணிவதில்லை !

அறிவை யகற்றி, அஞ்ஞானத்தை ஊட்டி, அச் சத்தை ஊட்டி, ஆண்டவனைக் காட்டி மக்களை வாழா வெட்டிகளாக வைத்திருக்கும் அஞ்ஞானக் கருத்துக் களின் மீது ஏவப் பயன்படும் அணுகுண்டுகளாக, அறிவுப்படைத் துணையாகத்தான் நினைத்து ஆடைகளை யணிகிறோம், ஆடுகின்ற நேரத்தில் நாடக மேடையில், இப்படித்தான் நாங்கள் கிடைத்ததை யெல்லாம் துணையாகக்கொண்டு நல்லறிவு பரவ பாடுபட்டு வருகிறோம்.

எத்தனையோ, எதிர்ப்புக்கும் ஏளனத்திற்கு மிடையே, புரிந்து வரும் அறிவுப் பிரசாரத்திற்குத் துணை யாக நாடகத் தமிழை பயன் படுத்துகிறோம்.

எங்களைப் பார்த்து 'கூத்தாடி கூத்தாடி' என்று கேலி செய்தாலும் அதற்காக நான் உண்மையிலேயே மகிழ்கிறேன்.

கூத்தாடி' என்பது நல்ல தமிழ்ச்சொல். நாடகக் கலைக்குக் கூத்துக் கலையென்றுதான் பெயர்.

எப்படியோ, கூத்து கூத்தாடி என்ற தமிழ்ச் சொல்லைப் பேசுகிறார்களே என்றுதான் மகிழ்கிறேன்.

★★★

9 788198 414069